AF810668

# रानवाटा

मारुती चितमपल्ली

साहित्य प्रसार केंद्र
सीताबर्डी, नागपूर–१२

# रानवाटा

Ranwata

**मारुती चितमपल्ली**

**प्रकाशक**

मकरंद भास्कर कुलकर्णी
साहित्य प्रसार केंद्र,
झिरो माईल मेट्रो स्टेशनसमोर,
सीताबर्डी, नागपूर – ४४० ०१२
ध्वनी : (०७१२) २५२३७०२
ई–मेल : sahityaprasarkendra@rediffmail.com

©
श्रीनिवास चिट्टमपल्ली
श्रीकांत चिट्टमपल्ली
प्लॉट नं. १०५,
हेरिटेज मणिधारी एम्पायर सूत मील
अक्कलकोट रोड, सोलापूर ४१३ ००६

**अकरावी आवृत्ती**

फेब्रुवारी, २०२६

**रेखाटने**

व्यंकटेश माडगूळकर

**मुखपृष्ठ**

मकरंद कुलकर्णी

**मुद्रणस्थळ**

सुविचार प्रकाशन मंडळ
धनतोली, नागपूर

**ISBN No.**

978-81-962453-3-7

**मूल्य**

₹ २५०

कै. तीर्थरूप आईस,
तुझ्या पावलांना
रानवाटांची माहेरओढ होती.
परंतु आता ती
पावलं पुन: कधीच
दिसणार नाहीत.

– मारुती

# प्रास्ताविक

निसर्गाविषयीच्या ललित लेखनाचं हे माझं तिसरं पुस्तक. यापूर्वीच्या 'पक्षी जाय दिगंतरा' ची दुसरी आवृत्ती प्रसिद्ध झाली. 'जंगलाचं देणं' या पुस्तकाला उत्कृष्ट साहित्यनिर्मितीचा राज्य पुरस्कार आणि विदर्भ साहित्य संघाचा पुरस्कार प्राप्त झाला. यानिमित्तानं रसिक वाचकमित्रांची शेकडो पत्रं आली. वाचकांनी दिलेल्या प्रतिसादामुळं 'रानवाटा' या पुस्तकाचा प्रपंच मांडला.

माझ्या आईला रानवाटांची माहेरओढ होती. तिचा तो वसा घेऊनच मी गेली तीन तपे रानवाटांची भटकंती केली आहे.

पनवेल येथे असताना डॉ. सालिम अली या जगप्रसिद्ध पक्षिशास्त्रज्ञाशी अगदी निकटचा संबंध आला. कर्नाळा पक्षिअभयारण्यात त्यांच्याबरोबर पक्षिनिरीक्षण करण्याची दुर्मीळ संधी मिळाली. पक्षिनिरीक्षणाविषयी त्यांनी ज्या अमूल्य सूचना दिल्या त्याच 'पक्षिनिरीक्षण' या लेखात सविस्तरपणे आल्या आहेत. नवागतांना त्यांचा खूप उपयोग व्हावा. तसंच वन्यजीवांचं कसं अवलोकन करावं. निरीक्षण करण्यासाठी त्यांना कसं आकर्षित करावं हा स्वानुभवाचा लेख म्हणजे 'वन्यजीव निरीक्षणाची किमया'. गेली कित्येक वर्षे मी अरण्यात भ्रमंती करतोय, वन्यजीव, संशोधनाच्या निमित्तानं जे जंगलात भटकंती करतात त्यांना अरण्यविद्या अवगत हवी. अरण्यं हा अलिखित ग्रंथ आहे. तो वाचता आला पाहिजे. ही विद्या मी अनेक गुरूकडून शिकलो आहे. तिचा मला अरण्यात फिरताना खूप उपयोग झाला. तोच अनुभव 'अरण्यवाचन' या लेखात संकलित केला आहे. खरं म्हणजे अरण्यवाचनावर एखादा ग्रंथ सिद्ध होईल इतकी टिपणं गेल्या अनेक वर्षात मी गोळा केली आहेत.

डॉ. सालिम अली यांच्या सूचनेप्रमाणं मी विदर्भातील वनक्षेत्रांतून तणमोराचा शोध घेतला. त्या तीन महिन्यांत या पाखरांचा शोध करीत हजारो

किलामीटरचा प्रवास केला. सारा विदर्भ पाहिला, त्या शोधयात्रेच्या आठवणी कुठंतरी कोरून ठेवाव्यात म्हणून 'तणमोराचे दिवस' साकारला. बंदीपूर, मधुमलाई, कान्हा-किसली आणि जिम कॉर्बेट या राष्ट्रीय उद्यानांतील वास्तव्यात सायंकाळच्या वेळी मी वनविश्रामगृहाच्या व्हरांड्यात वेताच्या खुर्चीत बसून जंगलाकडं पाहात बसायचो. कधी मध्यरात्री जाग यायची. व्हरांड्यात बसून पहाटेच्या सौंदर्याकडं पाह्यचा तर माझा नित्यक्रम होता. अशा समयी मला पखमांजराचा आवाज ऐकू येत असे. सहकारी मित्र आणि बरोबरचे वनाधिकारी यांचं या आवाजाकडं लक्ष वेधून तो कोणत्या प्राण्याचा आहे असं विचारलं असता त्यांना तो ओळखता यायचा नाही. कोणी त्याबद्दल उत्सुकताही दाखविली नाही. पुढेही तोच अनुभव आला. त्या आवाजातील गूढरम्यता तो आवाज तुम्ही प्रत्यक्षात ऐकल्याशिवाय मला सांगता येणार नाही. उत्तरोत्तर दुर्मीळ होत चाललेल्या पखमांजराची कहाणी 'कुक्ऽकू कुक्ऽऽकू'मधे आली आहे.

'अरणी' माझ्या हृदयात गेली अडीच तपं ठाण मांडून बसली आहे. ती म्हणते कशी ''अरे आता तरी सांग माझी गोष्ट-तुझ्या आणि तुझ्यानंतर येणाऱ्या पिढीला'' अत्यंत व्यथित अंत:करणानं मी ती कहाणी लिहिली. तेव्हा कुठं हृदयावरचं ओझं कमी झालं.

रानातली घरं, वेणु वाजताहेत, गुलाबी पिसं, धनचिडी, इटिया डोहातील हुदाळे, पाडस, शाल्मली, पांगारा इत्यादी लेख पक्षिनिरीक्षणाच्या निमित्तानं चाललेल्या रानवाटांचेच आलेख आहेत.

एक चिनी म्हण आहे– "One picture is worth a thousand words, because it is so often much easier to show than to say." मला जे काही सांगता आलं नाही ते व्यंकटेश माडगूळकरांनी सुंदर रेखाटणांद्वारे प्रगट केलं आहे.

साहित्य प्रसार केंद्राचे श्री. राजाभाऊ कुलकर्णी, मुद्रक आनंद लाटकर ह्यांनीही हे पुस्तक सिद्ध करण्यासाठी जे श्रम घेतले, त्याबद्दल मी कृतज्ञ आहे.

**– मारुती चितमपल्ली**

# अनुक्रम


अरणी । ९

वेणू वाजताहे । १९

गुलाबी पिसं । ३१

तणमोराचे दिवस । ३८

धनचिडी । ५९

रानातली घरं । ६५

कुक्ऽकू-कुक्ऽऽकू । ७६

इटिया डोहातील हुदाळे । ८४

दिवारू । ९१

पाडस । ९७

शाल्मली । १०७

पक्षिनिरीक्षण । ११४

पांगारा । १२४

वन्यजीव निरीक्षणाची किमया । १२९

अरण्यवाचन । १३९

# पाचव्या आवृत्तीच्या निमित्ताने

'रानवाटा' या माझ्या पुस्तकाची पाचवी आवृत्ती वाचकांच्या हाती देताना मला अतीव आनंद होत आहे. या पुस्तकाला १९९१-९२ वर्षीचा उत्कृष्ट साहित्यनिर्मितीचा राज्य पुरस्कार प्राप्त झाला आहे. याशिवाय १९९१ सालीच भैरूरतन दमाणी साहित्य पुरस्कार आणि मृण्मयी साहित्य पुरस्कारही मिळाले.

१९९३ साठी या पुस्तकाची आकाशवाणी, पुणे केन्द्रावर क्रमशः वाचण्यासाठी निवड झाली होती. नागपूर विद्यापीठाच्या पदवी परीक्षेच्या अभ्यासक्रमातील मराठीच्या पाठ्यपुस्तकात यातील 'अरणी' या कथेचा समावेश करण्यात आला आहे. त्यामुळे या ग्रंथाच्या गौरवात मोलाची भर पडली आहे. रसिक वाचकांनी दिलेल्या या प्रतिसादाचा मी कृतज्ञतापूर्वक उल्लेख करीत आहे.

या आवृत्तीसाठी प्रकाशकांनी अधिक आकर्षक व बोलके मुखपृष्ठ तयार करून घेतले आहे. रसिक वाचक त्याचे स्वागत करतील असा विश्वास आहे.

**– मारुती चितमपल्ली**

# १. अरणी

पालघाटच्या उत्तरेस असलेला सह्याद्रीचा फाटा 'नीलगिरी' तर दक्षिणेकडील फाटा 'अनेमले' म्हणून ओळखला जातो. ही कथा आहे 'अनेमले' पर्वतावरील. 'अनेमले' म्हणजे हत्ती. हा तमीळ शब्द आहे. या 'अनेमले' पर्वतावर सागवानाची चांगली लागवड होऊ शकते असा शोध शंभर वर्षांपूर्वी इंग्रजांना लागला. सागाच्या झाडाला दुसरा पर्यायच नाही.

या पर्वतावर सागवान रोपांची लागवड प्रयत्नपूर्वक करूनही रानटी हत्तींच्या कळपांपासून रोपांचं संरक्षण करणं अत्यंत कठीण काम होतं. हत्ती रोपवनाची नासधूस करीत. वाढलेली रोपं रात्रीतून सोंडेनं उपटून फेकून देत. सांबर झाडांची साल सोलीत. मुंगूस व साळू मुळं कुरतडून टाकीत आणि झाड समूळ खाली पाडीत. प्रयत्नपूर्वक लावलेल्या सागवृक्षांच्या संगोपनाचं इंग्रज वनाधिकाऱ्यांपुढं एक आव्हान होतं.

नुकत्याच इंग्लंडहून भारतात आलेल्या वुड्स नावाच्या तरुण अधिकाऱ्याची या अत्यंत अवघड कामाकरिता निवड झाली. तो प्रथम मद्रासला आला. नंतर तेथून पोलाचीहून हत्तीच्या जंगलात पोहोचला.

जंगलात एक जुनं निवासस्थान होतं, पण तिथं कुणीच राहात नव्हतं. अशी अनेक वर्षांपासून ओस पडलेली निवासस्थानं पुढं भुताटकीनं पछाडल्याच्या कथा आसमंतातील आदिवासी सांगत असत. हे घरही त्याला अपवाद नव्हतं. या असल्या गोष्टींवर अनेकांचा विश्वास बसतो; परंतु वुड्स त्यापैकी नव्हता. त्यानं त्या बंगल्याची आवश्यक ती दुरुस्ती करून घेतली आणि तो तिथं एकटाच राहू लागला.

वुड्सनं बंगल्याच्या सभोवतीचं झुडपी जंगल साफ करून घेतलं आणि तिथंच रोपवाटिका केली. जवळच एक डोह होता. डोहातलं स्फटिकासारखं स्वच्छ पाणी खडकांवरून वाहात वाहात खालच्या खोऱ्यात जाई.

वुड्सला रोपवनाच्या कामाकरिता मजूरही मिळत नसत. मोठ्या मिनतवारीनं एखाद दुसराच आदिवासी कामावर येई.

जंगलात आदिवासींच्या लहान लहान बस्त्या होत्या. ते जंगलात स्वच्छंदपणे शिकार करीत व कंदमुळं शोधून ती खात. अशा स्वच्छंदी जीवन. जगणाऱ्या आदिवासींना कामाला लावणंही मोठंच कठीण काम होतं. पैशांची तर त्यांना मुळीच गरज नव्हती. त्यांना गरज होती ती सहानुभूतीची आणि सेवेची. तेथील प्रत्येक गाव भयंकर अशा मलेरियानं ग्रस्त झालेलं. त्या भागातील आदिवासीही रोगाला इतके निर्ढावलेले होते की त्यांना चावलेला डास दुसऱ्या माणसाला चावला की तो मलेरियानं अंथरूणच धरी.

वुड्स आपले अधिकारपद विसरला. तो आदिवासींच्या गावात जाऊ लागला. त्यांची विचारपूस करून त्यांना औषधं देऊ लागला. त्यांच्या सुखदु:खात तो सहभागी होऊ लागला. सेवाभाव हा एक अलौकिक भाव आहे. लोक सेवा करणाऱ्याचे ऋणी होतात. ऋण कसं फेडायचं याची संधी शोधतात. वुड्सच्या सेवाभावानं आदिवासींना त्याच्याविषयी प्रेम वाटू लागलं. ते त्याच्या साहाय्याला धावून जाऊ लागले. वुड्स त्यांच्या अंत:करणापर्यंत पोहोचला. जो माणसाच्या अंतःकरणाला हात घालतो त्याला जीवनात कधीच अपयश येत नाही. पुढील शंभर वर्षांची योजना करायला वुड्सला पहिल्यांदा झाडं नव्हे तर माणसं वाढवावी लागली.

एका वर्षातच तिथली परिस्थिती बदलली. आजूबाजूच्या गावांतून बायका-माणसं जंगलाच्या कामाला येऊ लागली. वुड्सनं त्यांच्या साहाय्यानं शंभर-दीडशे एकरातील झाडं तोडून काढली. जमीन साफसूफ करून घेतली. एप्रिल-मे महिन्यात भारताच्या दक्षिण भागात पावसाचे मोसमी वारे वाहू लागतात. पावसाला सुरुवात होते. हे लक्षात घेऊन वुड्सनं लागवडीची पूर्वतयारी करून ठेवली होतीच. पहिल्या पावसाला सुरुवात झाली तशी त्यानं सागवानाच्या लागवडीला सुरुवात केली.

अशा कुवार रानवट जागेत 'माणूस पेरलं असतं तरी ते उगवलंच असतं'. सागाच्या जडींना जमिनीतून घुमारे फुटू लागले. क्रुसासारखी दोन दोन पानं धरून ती रोपं दिवसादिवसानं वाढू लागली.

अन् हत्तींच्या जंगलात जोराच्या पावसाला सुरुवात झाली. नद्या-नाले भरून वाहू लागले. जंगल विजेला आकर्षित करून घेत. विजा पडल्यामुळे अनेक अजस्र वृक्ष कोलमडून पडू लागले. आदिवासी घरातून बाहेर पडेनासे झाले. वुड्स बंगल्याच्या व्हरांड्यात एकटाच वेताच्या खुर्चीवर बसून त्या पावसाचं सौंदर्य न्याहाळत बसू लागला.

रोपांबरोबर गवतही वाढत होतं; पण तण वेगानं वाढत होतं. आणि रोप मात्र हळूहळू ''सत्प्रवृत्तीचं रोपही असंच हळूहळूच वाढतं. दुष्ट प्रवृतीचं तण नेहमीच माजतं''. पावसाची थोडी उघडीप होताच त्यानं आदिवासींना हाक मारली. हाकेसरशी ते कामाला धावून आले. हिरवंगार गवत तर पुरुषभर उंच वाढलं होतं. त्या गवताकडं आजूबाजूच्या जंगलातील रानटी हत्तींचे कळप आकर्षित होऊ लागले. गवत कापून काढण्याचं काम वेगानं चालू होतं. एकदा रात्री रानटी हत्तींचा कळप रोपवनात घुसला. त्यांनी धुमाकूळ माजविला. छातीएवढी वाढलेली रोपं सोंडांनी उपटून टाकली.

पावसाळा थांबला होता. एवढ्या कष्टानं आणि अपत्यप्रेमानं उभं केलेलं हे बाल-वन डोळ्यांसमोर नष्ट होताना पाहून त्याला खूप दुःख झालं. रोपांना जगवावं कसं एवढ्या एकाच विचारानं त्याला झपाटलं. त्याला वाटे, ''माणसाचं आयुष्य तर थोडं आहेच. पण ज्याच्याकरिता त्याला जगावंसं वाटतं अशा झाडांना त्याहूनही कमी आयुष्य आहे, असं कित्येकदा आढळून येतं. अन् मग त्या अल्प आयुष्याची गोडी कमी होते.'' लहानपणी वाचलेल्या 'काऊपर' या कवीच्या ओळी त्याला आठवल्या. त्याला उगाच उदास वाटलं. तो बाहेर जाईनासा झाला.

जंगलातला वानरांचा कळप त्याच्या सोबतीला आला. बंगल्याजवळच्या आंब्याच्या झाडावर चढून बसला. त्यांना वाटायचं बंगल्यात तर काहीच हालाचाल दिसत नाही. ते निर्धास्तपणे बागेत हिंडूफिरू लागले. दोन वानर समोरासमोर बसून आपल्या डोळ्यांचा काल्पनिक चेंडू करून खेळू लागले. तो खेळ त्यालाही आवडे. बंगल्याच्या छपरावर चढून थडथड चालून कौलांचा आवाज करू लागले. भड्यानं तर आणखी एक धाडसं केलं. तो व्हरांड्यात फिरत फिरत प्रत्येक दारा-खिडकीतून डोकावत जात होता. अन् पलंगावर पहुडलेला वुड्स जसा त्याला दिसला तशी त्यानं शेपटी वर करून धूम ठोकली. वुड्सला त्याच्या मिस्किलपणाची गंमत वाटली अन् तो स्वतःशीच हसला.

नेहमीप्रमाणं तो सकाळी उठून व्हरांड्यात आला. तो त्याला समोरच वाघीण आपल्या तीन पिलांबरोबर खेळताना दिसली.. त्याला पाहताच ती जागेवरून उठली अन् जंगलाकडे तोंड फिरवून मुकाट्यानं चालू लागली. कावरीबावरी झालेली पिलं वुड्सकडं कुतूहलानं पाहू लागली तशी वाघीण मागं वळून त्यांच्यावर गुरकावली. वाघीण गुरकावल्याबरोबर पिलं निमूटपणे तिच्या मागोमाग गेली.

मिस्किल अस्वलापासून मात्र त्याला नेहमी सावध राहावे लागे. दुपारी तो वाचत असला की अस्वलाची एक जोडी त्याच्या बंगल्याभोवती फिरायची. एकदा त्याचा वाचता वाचता डोळा लागला. अस्वल खिडकीजवळ येऊन त्याच्याकडे

न्याहाळून पाहात होतं. त्याच्या गुणगुणण्यानं वुड्स जागा झाला. तो पलंगावर उभा राहून काठीचा आवाज करू लागला. त्या आवाजानं त्यानं अस्वलाला हुसकावून लावलं. नंतर मात्र त्यानं खिडक्यांना वेताची जाळी लावून घेतली.

खंजन पक्षी बागेत शेपटी उडवीत चरू लागले. हे पक्षी दिसू लागले की पावसाळा संपला असं समजावं. हिवाळा आला तशी बागेतील शेवंतीची फुलं फुलली. सागवान रोपांच्या लागवडीसाठी त्याला वर्षभर थांबावं लागणार होतं. तो पुन्हा आपल्या उद्योगाला लागला. दूरदूरच्या गावांतून बाया-माणसं, मुलं-मुली पुन्हा कामावर येऊ लागले. महिन्यातून तो एकदा कधीतरी 'पोलाची'ला बैलगाडीनं जाई आणि आवश्यक सामान खरेदी करून आणी.

सूर्य मावळतीला आला की जंगलातील सारे आवाज विलक्षण गतीने शांत होत व जंगलात लवकर अंधारू लागे. आभाळातील तारेही मोठ्या प्रयत्नानं दिसत. रात्र झाली की रातकिड्यांची किर्रर्र सुरू होई. पखमांजराचा कुक्ऽ कुक् रात्रभर चाले. मध्येच वाघाची डरकाळी ऐकू येई. घाबरलेल्या सांबराचा 'पोंक' असा आवाज तर बंगल्याजवळच व्हायचा. हे आवाज नसते तर रात्र किती भयानक वाटली असती! शेवंतीची फुलं फुललेली पाहून त्याला आभाळातील सर्व तारे बागेतील शेवंतीवर उतरून आल्याचा भास होई.

वुड्स जागा होई तो झाडांच्या पानापानांवरून ठिबकणाऱ्या दवबिंदूंच्या आवाजानं. असाच एक दिवस तो जागा झाला आणि त्याचं लक्ष बागेकडे गेलं. त्याला तिथं एक आश्चर्यकारक दृश्य दिसलं. बागेत मुंगूस आणि सापाची लढाई चालली होती. सकाळच्या उन्हात मुंगूस सोनेरी केसांचं दिसत होतं. मुंगसानं सापाला डिवचलं तसा तो फणा काढून डसायची संधी शोधू लागला. बराच वेळ त्या साप-मुंगसाची झुंज तो पाहात होता. मुंगसानं सापाला लोळवलं असं क्षणभर वाटलं. तेवढ्यात सापानं संधी साधून विलक्षण चपळाईन मुंगसाला दंश केला. मुंगसाला तीव्र वेदना होत असाव्यात तो तेज गतीनं जंगलाकडे निघाला. मुंगूस कुठं जातो अन् त्याचं पुढं काय होतं हे पाहावं म्हणून वुड्सही हातात दुर्बीण घेऊन त्याच्या मागावर निघाला. पानापानांवरून गळणाऱ्या दवानं त्याचे कपडे ओलेचिंब झाले.

नागासारखा विषारी साप मुंगसाला चावल्यावर त्याला विषबाधा होणारच. त्यावर तो काय उपाय करीत असावा याचं कुतूहल वुड्सला होतंच. ते जाणून घेण्याची त्याची उत्सुकता, क्षणाक्षणाला वाढतच होती. धावणारा मुंगूस तो दुर्बिणीतून पाहात होता. मुंगूस एका ठिकाणी थांबला. पुढच्या पंजांनी त्यानं जमीन उकरली. वुड्स आवाज न करता त्याच्या अगदी जवळ गेला आणि झाडाआडून तो

पुढं काय करतो ते पाहू लागला, मुंगूस जमीन उकरतच होता. जमीन उकरून त्यानं एक वीतभर कंद तोंडानं बाहेर काढला. दातांनी कुरतडून कुरतडून तो कंद त्यानं पूर्ण खाऊन टाकला. नंतर बराच वेळ तिथंच दगडावर तो बसून राहिला. उन्हं तापू लागली तसा तो झुडपात निघून गेला.

वुड्स उकरलेल्या जमिनीजवळ धावतच आला. मुळापासून तुटलेल्या वनस्पतीचं त्यानं बारकाईनं निरीक्षण केलं. वनस्पती व कंदाचा नमुना आणि निरीक्षणाचं टीपण त्यानं त्याच दिवशी मद्रासला गॅम्बल या वनस्पतिशास्त्रज्ञाला पाठविलं. संशोधनानंतर त्या वनस्पतीच्या मुळचा सर्पदंशावरील इलाजासाठी रामबाण औषध म्हणून वापरता येतील असा निष्कर्ष निघाला. त्या वनस्पतीचं नाव होतं 'सर्पगंधा'. आज सर्पदंशावरील हुकमी उपाय म्हणून हे औषध उपयोगात आणतात.

वुड्सला जंगलात राहायला आल्याला आता एक वर्ष झालं होतं. तरी त्याच्या शेजारी राहायला किंवा सोबतीला राहायला कोणीच तयार नव्हतं. एकट्या-दुकट्याला जंगलात राहायची भयंकर भीती वाटते. त्याचा एक शिपाई काही दिवस त्याच्याबरोबर राहिला. तिथल्या विलक्षण एकांतानं अन् रात्रीच्या सादानं त्याला वेड लागलं. वेडाच्या भरातच तो तेथून पळून गेला. त्यानंतर मात्र रात्री त्याच्याबरोबर राहायला कुणीच आलं नाही.

वुड्स, म्हणायचा, ''जंगलाचं कसलं आलंय भय? ज्याच्यावर प्रेम करतो त्याला काय भ्यायचं?'' वुड्सबद्दल आदिवासींची समजूत होती की, ''भूतबंगल्यात राहणारा हा माणूस निश्चितच जादूगार असला पाहिजे. वनातले पशुपक्षी त्याला वश आहेत. असं नसतं तर त्या भयाण जंगलात तो राहिला तरी कसा असता?''

एक दिवस एक पंधरा-सोळा वर्षांची आदिवासी मुलगी छातीशी एक हरणाचं पाडस घेऊन हळूहळू बंगल्यापाशी आली. ती त्याच्याकडे संकोचानं पाहात होती. अतिसंकोचामुळे तिला त्याच्यापुढं नीट उभंही राहता येत नव्हतं. वुड्सनं तिला विचारलं, ''कुणाचं आहे हे पाडस?''

त्या आदिवासी मुलीनं छातीशी धरलेलं ते तांबूस रंगाचं पाडस भेकरीचं होतं. त्याचे ते इवलेसे खूर. पण त्याच्या मानेवर मात्र रक्ताचे डाग होते. तिची साडीही त्याच्या रक्तानं लाल झाली होती, ती त्याला म्हणाली, ''हे जखमी आहे, पण अजून जिवंत आहे.'' त्यानं तिला बंगल्यात बोलावलं.

पाडसाला टेबलावर ठेवून जखम स्वच्छ करीत त्यानं तिला हळूच विचारलं, ''तुझं नाव काय?''

ती लाजत लाजत उत्तरली, ''अरणी''.

''कुठं गं सापडलं हे पाडस?''

''लागवडीच्या गवतात.''

त्यानं पाडसाला औषध लावलं. तिनं पुन्हा हळूच विचारलं. ''वाचेल ना हे?''

''हो अवश्य वाचेल. असू दे माझ्याजवळ. बरं झाल्यावर घेऊन जा.'' पुढे ती रोज पाडसाला पाहायला बंगल्यावर येऊ लागली. वुड्स अतिशय सुंदर रेखाटनं काढी. त्यानं तिचं एक सुंदर रेखाटन काढलं. हरणाचं पाडस छातीशी धरून ती उभी होती.

श्रावणात पावसाची उघडीप होताच आदिवासी मुली मोरपंख गोळा करायला जंगलात इकडे तिकडे फिरू लागतात. मोर, लांडोर आणि त्यांची पिलं वर्षानुवर्ष एखाद्या पुरातन वृक्षाकडे उंच ठिकाणी रात्रीच्या विसाव्याला राहतात. अशा वृक्षांची आदिवासींना माहिती असते. श्रावणात अशा झाडांखाली मोराची गळून पडलेली पिसं आदिवासी मुली गोळा करतात.

एक दिवस वुड्स त्या जंगलातून घरी परत येत होता.

त्यानं तिला ओळखलं आणि विचारलं, ''कशाची पिसं?''

''मोराची.''

''देतेस मला? फुलदाणीत ती चांगली शोभून दिसतील.''

तिनं ती पिसं त्याला दिली अन् त्याबरोबरच स्वत:चं हृदयही ती हरवून बसली.

'अरणी' ही एक असामान्य मुलगी होती. ती जंगलातल्या गावात आपल्या भावाबरोबर राहायची. तिचे आई-वडील लहानपणीच वारले होते. 'अरणी' अशीच रोज बंगल्यात येऊ लागली. ती दोघं केव्हाच आपली मनं एकमेकांत हरवून बसली होती.

पुढे कोईमतूरच्या चर्चमध्ये वुड्स व अरणीचा विवाह झाला. वधूवरांना आशीर्वाद देण्यासाठी कोईमतूर येथे राहणारे प्रख्यात वनस्पतिशास्त्रज्ञ गॅम्बलही उपस्थित होते. त्यांनीच पुढे 'फ्लोरा ऑफ मद्रास' हा वृक्षांविषयी बृहद्ग्रंथ लिहिला.

आता ते दोघं त्या बंगल्यात राहू लागले. तो तिच्याकडून तिची बोली भाषा शिकला. तिला इंग्रजी भाषा शिकवणं शक्यच नव्हतं. त्यानं तिच्या भाषेचा अभ्यास करून ती शास्त्रशुद्ध लिपीत लिहून काढली.

तिला वन्य पशुपक्ष्यांविषयी उपजतच ज्ञान होत. त्यांच्या जीवनातील शास्त्रज्ञांना अज्ञात असलेली अनेक रहस्यं ती त्याला सहज सांगे. अनेकदा प्रत्यक्ष दाखवूनही देई.

रानटी हत्तींचा नैसर्गिक मृत्यू कुणी पाहिला नव्हता. 'मृत हत्तीच्या हाडांचं व हस्तिदंताचं काय होत असेल?' वुड्सच्या संशोधनाचा आणि चिंतनाचा तो एक विषय होता. तो गेली कित्येक वर्ष याचा शोध घेत जंगलभर भटकला; परंतु मेलेल्या हत्तीची हाडं किंवा हस्तिदंत त्याला कुठंच दिसली नाहीत. हत्ती तर सर्व भारतभर आहेत. मग याच पर्वताचं नाव 'हत्तीचा पर्वत' असं का असावं? मृत्यू जवळ आला की सर्व हत्ती येथेच येत असावेत काय? पार हिमालयाच्या पायथ्यापासून स्थलांतर करीत इथपर्यंत येत असावेत. यासाठी त्यानं आसामपासून 'हाथी पागडी' म्हणजे हत्तीला पकडण्यासाठी केलेले खड्डे नकाशात दाखविले. हाथी पागडीच्या साऱ्या वाटा हत्तीच्या पर्वताला येऊन मिळत होत्या.

एकदा अरणीला त्यानं विचारलं, ''हत्ती कुठं गं मरतात?''

ती क्षणभर गप्प राहिली. तिला आठवलं, तिच्या बानं तिला एक-दोनदा ते ठिकाण दाखवलं होतं. ती व तिचा म्हातारा बाप बांबूच्या बेटाआड लपून बसले होते. त्या हाथीडोहात एक म्हातारा एकांड्या हत्ती उतरला अन् पोहत पोहत मध्यावर आला. सोंड उंच करून त्यानं बुडी घेतली, तो पुन्हा वर आलाच नाही. तिच्या बानं तिला त्या हत्तीनं जलसमाधी घेतल्याचं सांगितलं होतं.

हाथीड़ोहाचं रहस्य तिच्या आजोबानं तिच्या, बापाला सांगितलं होतं. अन् हा वारसा परंपरेनं तिच्याकडे आला होता. हस्तिदंताला सोन्याचं मोल असतं. एखाद्या कोंबडीनं सोन्याचं अंडं द्यावं तसं त्या डोहातून त्याला हस्तिदंत मिळे. पोलांचीच्या बाजारात तो हरकूशेठ नावाच्या व्यापाऱ्याला हस्तिदंत देऊन त्याच्या मोबदल्यात धान्य, तेल, मीठ, मिरची, कपडे घेऊन येई.

हरकूशेठ त्याला नेहमी म्हणत असे, ''कुणालाही न मिळणारा हस्तिदंत तुलाच कसा मिळतो? खरोखरच तू खूप भाग्यवान आहेस.''

तिचा बा त्याचं बोलणं हसण्यावारी नेई आणि चूप बसे. हरकूशेठनं त्याला अनेक प्रलोभनं दाखवली; परंतु सोन्याच्या अंड्याच्या लोभानं त्यानं कोंबडी मारण्याचा मूर्खपणा कधीच केला नाही!

अरणीनं हाथी पागडीचं सारं रहस्य वुड्सला सांगितलं. त्याला तर ती गोष्ट सिंदबादच्या सफरीतल्या कहाणी सारखीच चमत्कारिक वाटली; पण त्याचा विश्वास होता की, अरणी कधी खोटं बोलणार नाही.

एकदा ते दोघं हाथी डोहावर गेले. जमिनीवरून एखादी सुसर पाण्यात जाबी तशी ती अलगद डोहातल्या पाण्यात उतरली. बानं सांगितलं होतं की डोहात कधी उडी मारू नकोस. गजराजाच्या आत्म्याला त्यामुळे क्लेश होतात. थोडया वेळात एखादं शुभ्र कमळ उगवावं तसं हस्तिदंत वर आले. तिनं ते एका हातानं छातीशी धरलं होतं. वुड्स हे सारं आश्चर्यचकित होऊन पाहात होता. पण त्यानं हे सारं माहीत होऊनही पुढं कधीही त्या डोहातल्या हस्तिदंताचा मोह धरला नाही. त्यानं अरणीला या बाबतीत दिलेलं वचन आयुष्यभर पाळलं.

असे दिवस जात होते. पुन्हा सागवानाच्या लागवडीचे दिवस आले. पहिला पाऊस पडला अन् मातीचा गंध सर्वत्र दरवळला. सर्वजण लागवडीच्या कामाला लागले. सागवानाच्या जड्या हारीनं लावण्यात आल्या. या वर्षीची पहिली जडी अरणीनं लावली. रोपं वाढू लागली. पावसाला नियमित सुरुवात झाली. गवत दिवसेंदिवस वाढू लागलं. हत्तीचे कळप लागवड केव्हा आणि कशी उद्ध्वस्त करतील हे सांगता येत नव्हतं, परंतु अद्याप तसं घडलं नव्हतं. हत्तींना अजून रोपवनाचा सुगावा लागला नव्हता. वुड्सची काळजी आता अरणीचीही काळजी झाली होती. वुड्स मात्र सारी रात्र जागून काढी. थोड्याशा सावटीनं त्याला जाग येई.

अरणीला तिच्या बानं सांगितलं होतं की, हत्ती उंटाला भितात. वुड्सनं दोन उंट आंध्र प्रदेशातून आणविले. एकदा हत्तीच्या कळपानं त्या उंटांकडं पाहिलं. त्या चित्रविचित्र प्राण्याला पाहून हत्तींचा कळप बुजला, चित्कार करून माघारी वळला आणि जंगलात दिसेनासा झाला. ते दोघं उंटावर बसून रात्रभर लागवडीची राखण करीत.

अरणीच्या युक्तीमुळं मात्र हत्ती लागवडीत येईनासे झाले. लागवडीला यश आलं. दिवसादिवसानं झाड वाढत होती. सावलीचं जंगल जाऊन, तिथं प्रकाशाचं जंगल वाढत होतं. एका नवीन पर्वाला सुरुवात झाली. वुड्स स्वत:चं वय लागवडीच्या वर्षावरून सांगत असे. 'मी आता तीस वर्षांचा झालो', म्हणजे तीस वर्ष तो लागवड करीत होता.

वुड्स व अरणी या झाडांबरोबर वाढत होती. वृक्षांच्या सहवासात राहून ते दोघे वृक्षासारखेच विशाल मनाचे झाले होते. हत्ती पहाडाच्या उतारावरील बेलाग, सागवान वृक्षाकडे ते दोघे पाहात बसत. वुड्स तिला म्हणायचा, "आपण सुद्धा या पर्वतावर उभे असलेले दोन वृक्षच आहोत."

अरणीला चिरतारुण्य लाभलं होत. निसर्गाच्या सहवासात तिला सौंदर्यभावना मिळाली होती. ती भावना मिळालेली माणसं वयानं वाढावयाची थांबतात.

निसर्गाविषयी वुड्सला खूप जिज्ञासा होती. निसर्गातील पशुपक्ष्यांची गूढ रहस्य त्यानं तिच्या सहवासात जाणली होती. त्यानं सारे अनुभव लिहून काढावयाचे ठरविले. त्याला अरणीमुळं पहाटे उठावयाची सवय लागली. एकदा ती म्हणाली, ''लिहायचं, तर पहाटे लिहा.''

''का बरं? दिवसा का नको?''

आता त्याला पहाटे आणि दिवसा लिहिण्यातला फरक जाणवला.

त्यानं तिला एकदा सांगितलं, ''दिवसा मी लिहितो, पहाटे तो आभाळातला देव माझ्याकडून लिहवून घेतो!''

लिहिण्यावाचण्यावर तिची श्रद्धा नव्हती. माणसांनी एवढं का लिहून ठेवावं याचं तिला आश्चर्य वाटे. ती स्वयंप्रकाशित होती.

तिच्या बानं तिला पहिली धुळाक्षरं शिकविली ती जंगलातल्या पशुपक्ष्यांच्या पाऊलखुणांची. आदिमानवाच्या भाषेची हीच लिपी.

एक दिवस नित्याप्रमाणं तो सकाळी उठला. नित्याच्या सवयीप्रमाणे त्यानं बाहेर पाहिलं. अनोखा लख्ख प्रकाशाचा झोत पडला होता. अरणी एका प्रचंड गजराजाच्या मागून जंगलात निघाली होती.

''अरणी!'' ''अरणी!'' त्यानं हाक मारली.

जशी ती त्याच्या जीवनात अचानक आली तशीच एक दिवस त्याला एकाकी ठेवून निघून गेली.

# २. वेणू वाजताहे

पक्षिसंशोधनाच्या निमित्तानं मी गेलं एक दीड तप अज्ञात प्रदेशातून फिरतोय. जिथं माणसाचा वावर नाही अशा ठिकाणी राहिलो. रानवट गूढ अशा झीलानी आणि दलदलीभोवती झपाटल्यासारखा भटकलोय. ही गोष्ट आहे १९७६ सालची.

श्रावणात पाऊस कमी होई. जिकडंतिकडं हिरवंगार धान बांध्यातून उभं असे. धुऱ्यावर पडार फुललेली असायची. एखाद्या धान नसलेल्या बांधीतल्या नितळ निळया पाण्यात त्यांची हवेत डुलणारी मोरपिसी पांढरी फुलं प्रतिबिंबित होत. पडारीतल्या घनवर या रानबदकाची पिलं बांध्यातल्या पाण्यातून विहार करीत दिवसा-दिवसानं मोठी व्हायची.

विद्वानांनी दुर्मीळ ग्रंथ, प्रवाशांनी साहस, कवींनी कल्पना व सामान्य माणसांनी पैशाचा छंद घ्यावा तसा पावसाचा बहर संपताच मी नाकेर पक्ष्याचे घरटे शोधण्यास सुरुवात करी. नाकेर ही रानबदकाची मोठी जात. काळा-पांढरा रंग. काळ्या पंखावर जांभळी झाक. सुंदर पांढऱ्या मानेवर काळे ठिपके. नराच्या चोचीवर नाकासारखा मांसल जांभळाएवढा कोंब, म्हणून त्यास नाकेर म्हणतात. मादी दिसायला नरासारखीच. पण चणीनं लहान. तिला मात्र चोचीवर कोंब नसतो.

हे नाकेर झाडाच्या पोखरीत उंच ठिकाणी घरटं करतात. अशा घरट्याचं अप्रतिम चित्र लाऊथर नामक पक्षिशास्त्रज्ञानं कॅमेऱ्यातून टिपलं आहे. गेली सहा वर्ष मी या नाकेराचं घरटं शोधतोय पण ते मिळत नाही. या पक्ष्यानं जमिनीवर झुडपात घरटं केल्याचं पाहिलं असल्याचं वैनगंगेकाठच्या गवराळा गावातल्या मंगर ढिवरानं सांगितलं. बाक्टीच्या वारलू ढिवरानं नवातलावातल्या एका लहान बेटावर नाकेराचा गोदा पाहिल्याचं सांगितलं. पण या गोष्टी फार जुन्या. दहा-बारा वर्षांपूर्वीच्या. अलीकडं त्याचं घरटं एक गूढ झालंय.

याच दिवसात त्यांची वीण होते. दरेकसाजवळच्या दलदलीत ते गोदा करतात असं ऐकलं होतं. भंडारा जिल्हातील सालेकसा तहसिलीत महाराष्ट्र आणि मध्यप्रदेशच्या सीमेवर दरेकसाचं कुंवार जंगल आहे. आणि आता वर आभाळाकडं डोळे लावून झाडावर असलेलं त्याचं घरटं शोधण्याऐवजी खाली जमिनीवर धुंडाळावं लागणार होतं.

पुजारी-टोला तलावाच्या कोठाराच्या घाटावर बसलं की थंडीच्या काळात नाकेर पक्षी आपली उडणारी पिलं बरोबर घेऊन मांडवगड ओलांडून या तळयात उतरताना दिसायचे. इथल्या पाण्यात पूर्णपणे बुडालेल्या धानात ही पिलं चरत चरत मोठी व्हायची. डोंगीतून सर सर धानातून जाणाऱ्या ढिवराची चाहूल लागताच ती डुबी मारून चोचीनं गादाला धरून बराच वेळ पाण्यात राहायची.

ही अतिविस्तीर्ण दलदल महाराष्ट्र व मध्य प्रदेशाच्या सीमेवरल्या निर्मनुष्य घनदाट जंगलात आहे. हिवाळ्यात व उन्हाळ्यात मी ही दलदल पाहिली. आहे. तिचं रहस्य कळावं म्हणून अनेकदा तिच्याभोवती प्रदक्षिणा घातल्या आहेत. पंधरा-वीस एकराच्या दलदलीच्या खोलीला अंत नाही. त्यात जांभूळ, पारजांभूळ व सदा हरितपर्णी झाडं उभी आहेत. भोस, वेत व देवनळानं तिच्या पाण्याचा पृष्ठभाग झाकला आहे. इथं अनेक चुकार गुरं फसली. ती पुन्हा बाहेर येऊ शकली नाहीत. तहानेनं व्याकुळ झालेला एखाद-दुसरा वाटसरू चुकून पाणी प्यायला गेला, ते त्याचं शेवटचंच पाणी पिणं झालं. ही गूढ दलदल तिथल्या दशक्रोशीतल्या लोकांना ऐकून माहीत आहे.

या दलीदलीकडे जायला अनेक रस्ते आहेत. एक मार्ग गोंदिया-आमगाव-दरेकसा असा आहे. तो अंदाजे चाळीस किलोमीटरचा आहे.

नागपूर-रायपूर या राष्ट्रीय महामार्गावर १४० किलोमीटर अंतरावर देवरी गाव लागतं. या गावाहून सावली-डोंगरगाव, पुजारी टोला, दरेकसा असा हा पन्नास-पंचावन्न किलोमीटरचा प्रवास. पुजारी टोला तळ्यापासून दरेकसाकडं जाणारा रस्ता नहराच्या कडेनं जातो. दरेकसा हे मध्य रेल्वेवरील एक छोटंसं स्टेशन आहे. गोंदिया-बिलासपूरकडं जाणारी पॅसेंजर गाडी तिथं थांबते. स्टेशनच्या लगत बल्लारपूर कागद कारखान्याचं बासाचं प्रचंड आगार आहे. आजूबाजूच्या जंगलात तोडलेला बास इथल्या आगारात आणला जातो. इथून दहा एक किलोमीटर अंतरावर जंगलातील पाऊलवाटेनं गेलं की दलदलीकडं जाता येतं.

दल्लू गोंड या भागातला माझा वाटाड्या व सोबती आहे. लहानपणापासून तो या दलदलीभोवती फिरतोय, सारी दलदल त्याला एखाद्या पवित्र ग्रंथासारखी

तोंडपाठ आहे. एखाद्या जलपरीसारखं दलदलीत अलगद, पावलानं चालावं ते फक्त दल्लूनं. आई-बानं त्याचं ठेवलेलं नाव कुणाला माहीत नाही; पण या दलदलीशी त्याच्या जुळलेल्या नात्यामुळे लोक त्याला 'दल्लू' अशी हाक मारतात.

उंच-पुऱ्या शिडशिडीत अंगाच्या दल्लूकडं पाहिलं की देवानं त्याला काळ्यारुखातून कोरल्यासारखं वाटतं. माणसाची त्याला भीती वाटत नाही. वाघा-अस्वलाशी झुंज घेण्याची त्याची ताकद आहे. पण पालीपुढं विंचवानं नांगी टाकावी तशी भुताखेताची त्याला भीती वाटते.

एकदा त्याच्याबरोबर या दलदलीला प्रदक्षिणा घालीत होतो. दल्लूकडून दलदल वाचायला शिकत होतो. तेव्हा तो भीतियुक्त आदरानं सांगत होता-

''साब, या दलदलीत आसरा राहतात.''

''आसरा!'' मी न उमगून विचारलं, ''म्हणजे कोण?''

''पाण्यातल्या परी जी.''

''तू पाहिल्यास?''

''हो जी!''

''कशा दिसतात?''

''मी काय सांगू! तसं धरित्रीवर रूप नाहीच!''

पुन्हा एकदा कुठल्याशा प्रसंगावरून तो सांगत होता -

''सायब, या दलदलीभोवती परिस फिरतोय!''

''परिस?''

''हो जी, त्यानं लोखंडाला शिवलं की सोनं होतं.''

''अरे, परिस कुणी पाह्यलाय काय, खुळ्या!''

''हो जी मीनी बघितलाय!''

मी मनात म्हणालो,

दल्लू कधी खोट बोलत नाही. असा निष्पाप हसरा चेहरा माझ्या पाहण्यात नाही.

थोड्या वेळानं भानावर येऊन विचारले.

''मग पुढं?''

''एकदा तो दलदलीभोवती फिरताना मला दिसला.''

''अरे तो परिस म्हणजे एखादा जीव-प्राणी असल्यासारखीच तू सांगतोयस...''

''हो, जी. त्याला जीव होता.''

''कसा दिसायचा?''

''मी काय सांगू? तसं धरित्रीवर रूपच नाही. मी त्याच्यामागं लपत छपत जात होतो. एखाद्या तितराला पकडावं तसं त्याला धरणार होतो.''

''मग पुढं?'' उत्सुकतेनं विचारलं.

''परिसाला वाटलं एक माणूस आपल्या मागून मागून येतोय. एकदम तो दगड होऊन पडला. मी तो दगड धरून ठेवलाय.''

तेव्हापासून दल्लू या मातीचा राहिला नाही. तो दलदलीचा होताच. आता आभाळाचा झाला. नुसत्या त्या दगडाच्या स्पर्शानं असं झालं. त्याचा कायापालट झाला.

एरवी दलदलीच्या प्रदेशाकडे जंगलातल्या किंवा नहराच्या रस्त्यानं सहज जाता येतं. दवानं सारी धरित्री न्हाऊन निघाली असता इथल्या नहराच्या रस्त्यानं प्रवास करणं मोठं आनंद देणारं असतं. नहरातून निळं-हिरवं पाणी वाहात असतं. नहराच्या दोन्ही बाजूनं हिरवीगार धानाची शेतं, ती डोळ्यांना मनोहर वाटतात. शेतं व नहराच्या दोन्ही बाजूनं हिरवीगार विविध प्रकारची पाखरं चरताना दिसतात. अन् रस्ता एखादी सरळ रेघ मारावी तसा. जीप त्या निळाई-हिरवाईत वेगानं व अल्लद जाते. कुठे उंचवटा-खळगा नाही. आदळ-आपट नाही. वाटतं हा रस्ता कधी संपूच नये. वाहणाऱ्या जीवनाबरोबर आपलं गतजीवन वाहू लागतं. विस्मृतीतल्या अनेक आठवणी व आनंदाचे प्रसंग एखाद्या घरट्यातून पाखराची पिलं डोकवावीत तसे डोकावू लागतात.

उन्हाळयात जंगलातल्या रस्त्यानं अथवा नहराच्या वाटेनं धुळीचे लोट उठतात. नाकातोंडात धूळ जाते. कानात गरम वारे वाहू लागतात. केसावर मातीचा लाल थर साचतो. तान्हेनं जीव व्याकुळ होतो. आजूबाजूची सारी सृष्टी काळवंडून जाते. वावरात कुणी चिटपाखरू दिसत नाही. वाटा लांबच लांब वाटू लागतात, नहर सुकून जातो. तर पावसाळ्यात सारे रस्ते, धुपून जातात, पण पुलिया नसलेल्या त्या रस्त्यावर पुरुषभर खोल खड्डे पडतात. घाटातला रस्ता वाहून जातो. बट्टीवरील झाडं वादळात रस्त्यावर आडवी पडली की पार दिवाळीपर्यंत कुणी ती बाजूला सारीत नाहीत.

कधी कधी पुजारी टोला जलाशयातून डोंगीतूनही या दलदलीकडं जाता येतं. पण या मार्गानं जाताना पाण्यात लपलेल्या झाडाच्या थुटीची भीती वाटते. अजाणता एखाद्या थुटावर डोंगी आपटली तर उपडी होते. पट्टीचा पोहणाराही दमतो. आता तर पावसाळाच होता. त्यामुळे पाण्याला खूप ओढ होती, जरा थोडं धारेला लागलं की संपलं सारं. शेवटी मी ठरवलं की, तळयाकाठच्या पारस्त्यानं जायचं. बांधावरनं नदी ओलांडायची.

जंगलातल्या पाऊलवाटेनं आम्ही जात होतो. बरोबर दल्लू होता. तो 'या इथं...' म्हणून दहा-बारा किलोमीटरवर नेईल. अंतराचा व वेळेचा त्याला अंदाज नाही. बस्स, चालत जायचं एवढंच त्याला माहीत. त्या दिवशी तसंच झालं. सकाळपासून चालतोय तरी दलदलीचा पत्ता नाही. तिन्हीसांजा झाल्या. वाटेत आम्हाला मुसळधार पावसानं गाठलं. अशा वादळी पावसात कधी कुणी जंगलातल्या वाटेनं जात नाही. क्षणोक्षणी विजा चमकत होत्या. कानठळ्या बसविणारा विलक्षण गडगडाट होत होता. विजेचा लख्खकन प्रकाश पडायचा. पावसानं न्हाऊन निघालेली वनश्री उजळून जायची. कुठल्याही झाडाच्या आसऱ्याला थांबू नका म्हणून दल्लूनं मला उघडया रानात नेलं. धुवांधार पडणाऱ्या पावसाच्या सरीकडं पाठ फिरवून अंग आक्रसून पावसात सापडलेल्या एखाद्या गुराप्रमाणं आम्ही स्थिर उभे होतो. क्षणात समोरच्या मोहाच्या प्रचंड झाडावर विजेचा लोळ पडला. उभं झाड कोलमडून आडवं पडलं. पानं काळी ठिक्कर पडली. जिथं वीज पडली तिथं कमरेएवढा खड्डा पडला होता. पाखरासाठी जीव गमावून बसलेल्या एका चिनी माणसाच्या कथेची मला आवेगानं आठवण झाली.

वादळी पावसात पाऊलवाट दिसत नव्हती. आणि आता तर ती पार पुसून गेली होती. दल्लूच्या पायाखालचं रान म्हणून अंदाजानं वाट काढीत तो पुढं पुढं जात होता. पुजारी टोला जलाशय आणि आजूबाजूचं जंगल आभाळात सामावून गेलं. तो सारा प्रदेश एखाद्या सागरासारखा विस्मयजनक रौद्र-विस्तीर्ण वाटत होता. वादळामुळे किनाऱ्यावर लाटामागून लाटा आदळत होत्या.

आता अंधारू लागलं. पाऊस थांबण्याचं काही चिन्ह दिसेना. अंगावरचे कपडे भिजून ओलेचिंब झाले. बुटातले पाय गारठले. दल्लूनं रानकेळीच्या पानाची छत्री करून ती डोक्यावर धरली होती. इतक्यात तळ्यात काही तरी धप्पकन दगडासारखं पडलं, दल्लूला थांबवून विचारलं;

"एवढ्या मोठ्यानं आवाज करीत काय पडलं?"

"भुताड्या जी!"

"भुताड्या?" मी न समजुन म्हणालो.

"अहो साब. हुदाळ्यानं पाण्यात उडी घेतली..."

आता माझ्या लक्षात आलं. पाणकुत्रा आमची चाहूल लागताच दणकन पाण्यात कुदला. त्याचा हा आवाज.

डोंगरमाथ्यावर आम्ही पोहोचलो. एवढा भाग उजाड होता. मी दुरून पाहिलं, काही जंगली कबुतरं उडत उडत एखाद्या पाताळात गडप व्हावी तशी त्या डोंगरमाथ्यावर नाहीशी होत होती. मला आश्चर्य वाटलं.

"दल्लू ही कबुतरं कुठं जाताहेत?" मी त्याला थांबवून विचारलं.

"साब, इथं कबुतरांची कप्पी हाय."

"कबुतरांची कप्पी!" मी न समजून त्याला विचारलं.

"त्येला बुहू वर्ष झाली जी. इथं डोंगर पोखरला आहे. त्यात बुहू कबुतरं रात्रीची आसऱ्याला येतात."

आम्ही माथ्यावर आलो. नुसता फत्तर पसरला होता. त्यात मोठं विवर होतं. मी आत डोकावलो. अंधार गुडूप होता. जवळच्या कमांडर टॉर्चचा प्रकाशझोत आत फेकला; तशी अनेक कबुतरं डोंगराच्या गुहेत उडताना, स्थिरावतानां दिसली. काही प्रकाशाच्या झोताबरोबर वर वर येत होती! त्यातून कबुतराच्या शिंटेचा जीवघेणा उग्र दर्प वर येत होता. मी टॉर्च बंद केला.

इतक्यात चार-पाच मोठी चामगिदाडं वेगानं विवरातून बाहेर पडली. मी बाजूला सरकून उभा राहिलो. वाघुळं एकामागून एक चित्कारत विवराबाहेर पडून पुजारी-टोला जलाशयाच्या दिशेनं किती तरी वेळ उडत होती.

दल्लूला ही कबुतरांची कप्पी माहीत होती. खाली रात्रीच्या मुक्कामाला राहता येईल अशा दोन गुहा असल्याचं दल्लू सांगत होता. त्या गुहेत रात्री वाघ आसऱ्याला येतो असं तो म्हणत होता.

मनात म्हटलं वाघाच्या गुहेत जावं की नाही. मग विचार केला व म्हटलं,

"चल, बघू खाली."

एका अरुंद पाऊलवाटेनं आम्ही हळूहळू खाली उतरत होतो. वाट निसरडी होती. त्यावर शेवाळ होतं. दगडी फुलं उगवली होती. मी खाली बसून अगदी सावधपणे हळूहळू घसरत खाली जात होतो. निसरड्या वाटेनं पाय घसरून पडू नये म्हणून दल्लू मध्येच एखाद्या आधारस्तंभासारखा उभा राहून खाली सावकाश उतरण्याच्या सूचना देत होता.

इतक्यात गुहेतून धुराच्या गुंडाळ्या पाझरत पाझरत रिमझिम बरसातीत विलीन होत असल्याचं जाणवलं. वाटलं या गुहेत आज कुणी तरी मुक्कामाला असावं. पण कोण असेल? एखादा चोरटा शिकारी तर रात्रीचा वस्तीला नसावा! मध्यप्रदेश इथून जवळच आहे. एखाद्या दरवडेखोराची टोळी तर नसावी! या विचारानं माझ्या अंगावर काटा आला. आपण भलतं धाडस करून या दरवडेखोरांच्या टोळीत सापडलो आणि त्यांनी आपल्याला पळविलं तर –

असे विचार मनात येत असतानाच आम्ही कप्पीच्या बिकट वाटेनं खाली उतरलो. अगदी निमुळती वाट होती. उजवीकडची वाट कबुतरांच्या गुहेकडं जात होती. डावीकडच्या गुहेतून धूर वर येत होता. दल्लू पुढंपुढं जात होता. आता अंधार

पडला होता. आणि जंगलामुळे तो शतपटीनं वाढला होता. खाली वेगानं वाहणाऱ्या ओढ्याचा आवाज येत होता.

गुहेच्या तोंडाजवळ आलो. पेटलेल्या धुनीपाशी एक साधू बसला होता. कमरेभोवती एक लंगोटी. धुनीच्या नारंगी उजेडात त्याचा चेहरा दिसत होता. मी माणसाचे अनेक चेहरे पाहिले आहेत; पण एवढी तेज:पुंज मुद्रा मी यापूर्वी कधी पाहिली नव्हती. केसाच्या पार जटा झाल्या होत्या. त्यानं माझ्याकडं डोळे वर करून पाहिलं आणि मानेनंच खुणावून बसायला सांगितलं.

मी धुनीजवळ बसलो. शेक घेत होतो. जवळच एका दगडी दिव्यात मंद वात तेवत होती. आता हळूहळू गुहेच्या आतला भाग दिसू लागला. ती गुहा बरीच लांब होती. तिथं एका माणसाला ब्लँकेटमध्ये लपेटून आडवं टाकलं होतं. शेजारी एक तरुण स्त्री विमनस्क अवस्थेत बसली होती. ती गोरीपान आणि सुंदर होती. कानात सोन्याच्या रिंग्ज, आधुनिक पोशाख, रंगीबेरंगी साडी. बिनबाहयांचा ब्लाऊज. आम्हाला पाहून तिला धीर आला असावा.

मी मात्र तिथल्या या अनपेक्षित दृश्यानं आश्चर्यचकित झालो. असल्या आडमार्गात घनदाट जंगलातल्या गुहेत ही तरुणी कोण? ब्लँकेट लपेटून झोपविलेला तो तरुण कोण? कारण तोही चेहऱ्यानं, रंगानं रुबाबदार वाटत होता. त्याला काय झालंय? हा साधू कोण? अशा या रहस्यमय वातावरणात मी थोडा वेळ बसलो.

प्रश्नार्थक मुद्रेनं मी एकदा साधूकडं व एकदा त्या दोघा तरुण-तरुणीकडं पाहू लागलो. त्या साधूनं माझं मनोगत जाणलं असावं. क्षणात आमच्यातलं परकेपण नाहीसं झालं. युगायुगानं आम्ही एकमेकांना परिचित असल्याचं भासलं, तो सांगू लागला :

ही दोघं माझ्या दर्शनाला भिलईहून आली. हा रशियन तरुण उत्खनन शास्त्रज्ञ व इंजिनीयर आहे. ही तरुणी हिंदू आहे. दोघं पति-पत्नी आहेत. दुपारच्या वेळेला इथलं आग्या मोहळ उठलं. माशांनी त्यांच्यावर एकाएकी हल्ला चढविला. ती तरुणी गुहेत आश्रयाला गेली. हा कपारीखाली जाऊन ओढ्यात बुडी घ्यायच्या हेतूनं खाली उतरू लागला; पण वाट बिकट होती. तिथंच माशांनी त्याला घेरलं. तोंडावर व मानेवर कडकडून डसल्या. त्याचं तोंड सुजलं. त्याची शुद्ध हरपली. तो आता हळूहळू शुद्धीवर येत आहे.

या अघटित प्रसंगानं त्या तरुणीच्या तोंडच पाणी पळालं असावं! त्यांनी भिलईहून आणलेला फराळाचा डबा, बास्केटमधला ब्रेडचा पुडा, फळं इत्यादी

खाद्यपदार्थ तसेच एका कोपऱ्यात तिथं पडले होते. तिनं त्या वस्तूंना स्पर्शही केला नव्हता.

आमच्या संभाषणात दल्लूनं भाग न घेता शेजारच्या गुहेतली जमीन साफसूफ केली. आता आम्हाला इथंच मुक्काम करावा लागणार होता. दल्लूनं खालच्या ओढ्यातून शागलमध्ये पाणी आणलं. टेंभुर्णीच्या दांडक्याची एक मशाल त्यानं पेटवली. गुहेत उजेड पडला. सांबराचं कातडं अंथरलं. त्यावर आमचं सामान ठेवलं. दुर्बीण, कॅमेरा, टेपरेकॉर्डर, हॅवरसॅक-एक ना अनेक. अंगातले कपडे ओले झाले होते. ते आगोटी पेटवून तिच्या उबेत सुकवायला घातले. बरोबर टोस्ट होते. फळं होती. दुधाचं चॉकलेट होतं. थंड कॉफी होती. ते खाल्लं. दल्लूलाही दिलं. एवढं सारं आटोपेपर्यंत मध्यरात्र झाली.

आगोटीजवळ आम्ही बसलो. दल्लू सांगत होता की, ''खालच्या ओढ्याकाठी बंसरी बासाचं रान आहे. एवढ्या साऱ्या भागात फक्त इथल्या ओढ्याकाठीच बंसरी बासाच्या रांजी आहेत. खूप दूर दूरचे लोक इथं येऊन हा बासरीचा बास घेऊन जातात.''

दल्लू आगोटीपुढं जागत होता. मध्येच डुलकी घेत होता. आगोटीत तेंदूच्या काड्या अधूनमधून टाकीत होता. नारिंगी रंगाच्या ठिणग्या गुहेतल्या अंधारात चटक चांदण्यासारख्या उडत होत्या. सांबराच्या कातड्यावर स्लीपिंग बॅगमध्ये पडल्या पडल्या माझा डोळा लागला.

खालच्या वेणू-वनात कृष्ण मधुर बासरी वाजवीत आहे. राधेला बोलावीत आहे. राधा मोहमुग्ध होऊन त्याच्याभोवती बेभान नाचत आहे. वेणू-वंशाच्या निळया-हिरव्या घनदाट छाया पाण्यात पडल्या आहेत. कबुतरांचं कुजन चाललेलं आहे. पपिया गात आहे. आणि कुणीतरी गोड गळयानं 'गीत गोविंद' मधली गीतं आळवीत आहे. असं स्वप्न मला झोपेत दिसलं.

मला जाग आली तेव्हा बाहेर फटफटीत उजाडलं होतं. आगोटीपुढं दल्लू अंगाचं मुटकुळ करून हाताच्या उशीवर गाढ झोपला होता. त्याला पहाटे पहाटे झोप लागली असावी.

त्या साधूचं-त्या तरुण जोडप्याचं कुशल पाहायला मी थोडा चालत चालत गुहेजवळ आलो तो तिथं कुणी नव्हतं.

हे सारं काय गौडबंगाल आहे त्याचं आकलन होईना. दल्लूदेखील माझ्याकडं प्रश्नार्थक चेहऱ्यानं पाहात होता. आता त्याच्या चेहऱ्यावर भीती दिसत होती. मी त्याला त्याविषयी विचारलं तो उगी बसला.

अजून दलदल दूर दहा-पंधरा किलोमीटरवर होती. इथून गावही दोन-तीन किलोमीटरवर होतं. रात्रीच्या त्या घटनेनंतर इथं चहा-पाणी करीत थांबवंस वाटेना, दल्लूची देखील तशी तयारी दिसेना

निघण्यापूर्वी एकदा कबुतराची कप्पी पाहावी म्हणून तेथे प्रवेश केला. तो एक अर्धगोलाकार विस्तीर्ण बौद्ध विहार होता. विहारात प्रवेश करण्यापूर्वी मी बूट काढून ठेवले. विहार खोदताना जागजागी अरुंद छज्जे ठेवले होते. त्यावर असंख्य कबुतरं कूजन करीत होती. जमिनीवर फूट-दीड फूट जाडीचा कबुतरांच्या शिटेचा थर साचला होता. पायांना त्याचा उष्ण स्पर्श जाणवत होता. एका कोपऱ्यात पार अंधार गुडूप होता. चाचपडत चाचपडत चालावं लागे. टॉर्चच्या उजेडात गाळानं भरलेली व शेवाळलेली पाण्याची टाकी दिसली. तेथून एक भुयार आतवर गेलं होतं. तिथं वटवाघुळं लोंबत होती. पाकोळ्या व देवकऱ्हई विलक्षण चपळाईनं इकडून तिकडं उडत होत्या.

दल्लू म्हणाला,

''साब पुढं जाऊ नका. यात मोठमोठे सर्प आहेत. त्यांच्या अंगावर काळे केस आहेत.''

''मग हे म्हातारे सर्प मरत का नाहीत?'' मी.

''नाही जी-साप कधी म्हातारे होत नाहीत.''

''मग?''

''धरित्रीवरलं त्यांचं आयुष्य संपलं की, त्यांना पंख फुटतात आणि ते आभाळात उडून जातात.''

कबुतराच्या शिटेचा दर्प इतका उग्र होता की, माझं डोकं गरगरू लागलं. माझी शुद्ध जाते की काय असं वाटलं. मी जवळच्या भिंतीचा आधार घेऊन उभा राह्यलो.

दल्लू घाबरून म्हणाला,

''साब, इथून लवकर निघू या; नाहीतर आणखीन काही बलामत येईल!''

ओढ्यात आम्ही तोंड, हात, पाय धुऊन जंगलातल्या वाटेनं मार्गाला लागलो. काठावर बासरी-बासाचं वन लागलं. इतकं अभूतपूर्व वेळुवन माझ्या पाहण्यात नव्हतं. वाहत्या पाण्याला रांजीतले काही बांबू वाकून हळुवार स्पर्श करीत होते. त्यावर बसलेल्या पिवळ्या धमक हरिद्र पक्ष्यांचं प्रतिबिंब मोठं विलोभनीय दिसत होतं. कदाचित हा वेणुवंशाचा विषय मनात घोळत असल्यामुळं मी जयदेवाच्या गीत-गोविंदमधलं ते सुंदर स्वप्न पाहिलं असावं. ते गूढ वेणुवन, रात्री

पाहिलेलं ते प्रेमी युगल, तो रहस्यमय साधू; यांचा विचार करीत आम्ही गावात प्रवेश केला. आडकोजी पाटलाच्या वाड्यासमोर उभे राहिलो. इतक्या सकाळी सकाळी वाटसरू कुठूनही येणं शक्य नव्हतं. म्हणून पाटलानं विचारलं;

“कुठून येता, साब?”

“कबुतराच्या कप्पीजवळून रात्री तिथं मुक्काम होता.”

“साब, अमावास्येच्या राती तिथं कुणी राहात नाही.”

“का?”

“राती तुम्हाला काही दिसलं? धुनीपुढचा तो साधू. ब्लँकेटमध्ये लपेटलेला तो गोरा तरुण. त्याच्या शेजारी बसलेली ती सुंदर तरुणी!”

“हे मी सारं बघितलं. त्या साधूशी बोललो देखील. त्यानं सारी हकिकत सांगितली.”

“तेच म्हणतो!” पाटील काळजीयुक्त होऊन उद्गारला.

“पण सकाळी उठून पाहतो तो त्यातले कोणी नाहीत.”

“कशी दिसतील? भुतंच ती!”

“भुतं!” मी आश्चर्यचकित होऊन म्हटलं.

“सायब, तुम्हा जंगलातल्या लोकांना जंगली प्राणी, झाडंझुडपं, नदी नाले, कप्पी, भुतंखेतं, आसरा यांच्यापासून अभय वरदान आहे म्हणून वाचलात. रात्रीचं सारं दृश्य पाहून आजपर्यंत कुणी माणूस जिवंत परतला नाही.”

आता पाटलाकडून सारं ऐकून माझ्या अंगावर सर्रकन काटाच आला. पाटलांनी नंतर जी काही हकीकत सांगितली, तिचा आशय खालीलप्रमाणे होता.

गोष्ट फार जुनी आहे. कबुतराची कप्पी हा एके काळचा बौद्ध विहार होता. एके काळी ते नांदतं गाजतं धर्मपीठ होतं. बौद्ध भिक्षू तिथं ज्ञानार्जनासाठी येत. धम्मपदांनी ते गुंजित होतं. धूप, दीप, चंदन आगरुचा तिथं सुगंध दरवळे.

विहाराच्या पायथ्याला ओढा आहे आणि ओढ्याकाठी बासरी-बासाचं बन आहे. विहारात प्रार्थना चालू झाली की, एक भला मोठा वाघ ओढ्यात बसून ती प्रार्थना ऐके. बौद्ध भिक्षू त्याला देवाचा वाघ म्हणत. त्याला अभय होतं. तो पूर्वजन्मीचा ब्रह्मदत्त होता असं म्हणतात. साऱ्या दशक्रोशीत हीं गोष्ट माहीत आहे.

काळाच्या ओघात त्या बौद्ध विहाराकडं दुर्लक्ष झालं. नंतर विस्मृती झाली. जंगली कबुतरं त्या कप्पीत आसऱ्याला येऊ लागली. वाघाचं तिथल्या बासरी-बनातल्या ओढ्यात येण्याचं थांबलं नाही. तो तिथं रोज येतो. ओढ्यात बसून विहाराकडे तोंड करतो. घंटा दोन घंट्यांनी परत जंगलात जातो.

भिलईचा कारखाना त्या वेळी नुकताच सुरू झाला होता. रायपूर व राजनांदगाव जिल्ह्यात आता जंगलं राहिली नाहीत. कारखाना आला तशी आजूबाजूची जंगलं साफ झाली. जवळपासचं जंगल म्हणजं हे मांडवगडचं.

कारखान्यातील एका रशियन तरुण इंजिनीयरचं लग्न रायपूरच्या एका सुंदर युवतीबरोबर झालं. त्याला जुने अवशेष पाहण्याचा व शिकारीचा छंद होता. या विहाराच्या शोधात तो सपत्नीक या जंगलात आला. विहाराजवळच्या गुहेत ते दोघं बसले. नेहमीप्रमाणं दुपारच्या वेळी तो वाघ आला. समोर हा वाघ आयता आलेला पाहून त्यानं कसलाही विचार न करता त्यावर गोळी झाडली. ठोऽठोचा आवाज साऱ्या दशक्रोशीत उठला.

त्या विहाराला अतिप्राचीन काळापासून आग्या मोहळ आहे. म्हणूनच त्याला 'आग्ये झरी' म्हणतात. त्या गोऱ्या साहेबाचा दुष्ट हेतू माशांच्या लक्षात येताच त्यांनी त्याच्यावर कडकडून हल्ला चढविला आणि त्यातच त्याचा मृत्यू झाला.

ही तरुणी मात्र वाचली. पण हा सारा प्रकार पाहून ती गर्भगळीत झाली. इतक्यात ओढ्यातून एक साधू पायवाटेनं त्यांच्याकडं आला. त्यानं त्याच्या सर्वांगाभोवती ब्लँकेट गुंडाळलं. हे सारं अदभुत दृश्य पाहून ती तरुणी पार भ्याली. घनदाट अरण्य. एकटी. आजूबाजूला गाव नाही.

साधूनं तिला धीर देत म्हटलं,

"बेटी घाबरू नकोस. तुझ्या पतीच्या पूर्व संचितात असंच होतं." एवढं म्हणून तो नाहीसा झाला.

"अन् बसल्या बसल्याच तिचंही तिथंच प्राणोत्क्रमण झालं."

त्या वर्षी मला नाकेर पक्ष्याचं घरटं शोधण्याचं काम अर्ध्यावरच सोडून परतावं लागलं. या घटनेनंतर दल्लू दलदलीपर्यंत यायला तयार नव्हता.

# ३. गुलाबी पिसं

बस्तरमध्ये नारायणपूरला मुख्यतः तीन मडई-जत्रा भरतात. दसऱ्याची मडई, दिवाळीची मडई, होळीची मडई. मुरियाला या मडईचं फार वेड. चित्रकार आलमेलकर दसरा-दिवाळीची मडई चुकवीत नसत. मुंबईतील त्यांच्या नूतन कला मंदिराला देखील त्या वेळी सुटी असे. त्यामुळं त्यांना बस्तर भागात माडिया-मुरियांची रेखाटनं काढीत निवांतपणे भटकता येई.

नेहमीप्रमाणं त्या वर्षीही ते बस्तरला जाण्यासाठी नागपूरला आले. इथून ते रायपूरहून नारायणपूरला जाणार होते. एक-दोन दिवस माझ्याकडे थांबले. बऱ्याच गप्पागोष्टी झाल्या. मी प्रत्येक वेळी आलमेलकरांबरोबर जाऊन नारायणपुरातील मडई पाहण्याचं ठरवीत असे. तिथल्या माडिया-मुरिया तरुण-तरुणींचा साजशृंगार व घोटुल पाहण्याची, बस्तरच्या बांबूंच्या घनदाट जंगलातून भटकण्याची, अबुजमाड हे स्थळ पाहण्याची इच्छा होती; पण काहीतरी तातडीचं काम निघे आणि जाण्याचा विचार पुढे ढकलावा लागे. १९८२ साली आलमेलकर आमच्यातून कायमचे निघून गेले. त्यांच्या सहवासात, त्यांच्या दृष्टीतून हे सारं पाहण्याची, अनुभवण्याची संधी कायमची निघून गेली, मी तडफडत राहिलो. मनाशी म्हटलं, मी केवढा दुर्दैवी माणूस.

त्या वर्षी नारायणपूरची मडई पाहून आलमेलकर जवळजवळ महिन्यानं परत आले. मोठे आनंदी दिसत होते. तसे ते नेहमीच हसतमुख असत. मडईतील माडिया-मुरिया तरुण-तरुणींची शेकडो, लक्षावधी रेखाटनं त्यांनी काढली होती. ती मी एक एक पाहात असताना मुरिया तरुणाच्या रेखाटनानं माझं लक्ष वेधलं. त्याच्या पागोट्यात पक्ष्यांची पिसं होती. आलमेलकरांनी ती अतिशय रेखीव काढली होती.

मी विचारलं, ''ही कोणत्या पाखराची पिसं?''

त्यांनी रेखाटनाच्या मागच्या बाजूला लिहिलेलं टिपण पाहिलं. त्यांची टिपणं सविस्तर असायची. रेखाटन काढलं की त्या माणसाचं नाव, गाव, पत्ता लिहिलेला असायचा. ते पाहून ते सांगू लागले,

''बरं का, मडईतून भटकत होतो. एका ठिकाणी मला रूबाबदार मुरिया तरुण भेटला. वनमाळी त्याचं नाव. त्याच्या पागोट्यात पक्ष्याची सुंदर गुलाबी पिसं होती. मला ती फार आवडली. त्यातील एक-दोन पिसं मला देतोस काय, असं विचारलं असता तो म्हणाला, ''ही ज्या पक्ष्याची पिसं आहेत तो पक्षी हल्ली इथल्या जंगलातल्या तळ्यात मिळेनासा झालाय. ही पिसं फक्त माझ्याजवळच आहेत. हे माझं मडई शृंगारातील वैशिष्ट्य. अशी अपरूप वस्तू मी तुम्हाला शंभर रुपयांतही विकणार नाही. असे सुंदर पक्षी देवानं आमच्या शृंगारासाठी गोळा केले आहेत. त्यांची आम्ही शिकार करतो. ती त्यांच्या मांसाकरिता नसून केवळ पिसांकरिताच असते.''

मडईत जुन्या ओळखींना उजाळा मिळाला. नव्या ओळखी झाल्या. वनमाळीची मी अनेक प्रसंगी रेखाटनं काढली. मला त्यानं आपल्या घरी नेलं. तिथं दोन-चार दिवस राहिलो. निरोप घेताना वनमाळीनं पागोट्यातील काही पिसं मला भेट दिली असं सांगून त्यांनी रेखाटनाच्या वहीत जपून ठेवलेली पिसं काढून मला दाखिविली. ते पुढे पुन्हा सांगू लागले,

''वनमाळी मोठा दिलदार होता. घोटुलचा मुखिया होता. या त्याच्या पगडीतील गुलाबी पिसावर अनेक मुरिया तरुणी फिदा होत्या.''

मी ती पिसं हातात घेऊन काळजीपूर्वक पाहिली. ती 'अरुण बाड्डा' या नामशेष झालेल्या रानबदकाची होती.

ती पिसं पाहिल्यावर मला विलक्षण चुटपूट लागली. आलमेलकरांबरोबर गेलो असतो तर मला त्या पक्ष्याचा अधिक शोध घेता आला असता. वनमाळीबरोबर तिथल्या जंगलातील तळी, दलदली व झिलानी पाहात त्या पाखराला पुन्हा शोधण्याचा प्रयत्न करता आला असता. तिथला भूप्रदेश पाहिल्यावर बांगला देशातील अरुण बाड्डाच्या निवासस्थानाची थोडीफार प्रचीती आली असती.

या पक्ष्याचं मूळ वसतिस्थान बांगला देश. हा प्रामुख्यानं सखल प्रदेश आहे. गंगा व ब्रह्मपुत्रा यांच्या संचयनकार्यामुळं तो तसा बनलेला आहे. या नद्यांनी तयार केलेला त्रिभुज प्रदेश व पूर, मैदानं यामुळं बांगला देश हा एक गाळाची माती असलेला सुपीक प्रदेश झाला आहे. जगातील अत्यंत दाट लोकवस्तीचं ठिकाण

म्हणून बांगला देशाची आता ख्याती आहे. पण एकोणविसाव्या शतकात हा भूप्रदेश रानवट होता. तेथे विपुल वन्यप्राणी होते. ब्रिटिशांचं तिकडं लक्ष वेधलं ते शिकारीसाठी. जिकडेतिकडे दलदल. त्यात वाढलेलं घनदाट गवत. त्या गवताळ प्रदेशात वाघाची वस्ती होती. या दुर्गम भागात हत्तीच्या पाठीवर बसून शिकारी सावजाचा मागोवा घेत भटकायचे. त्यात वाघ तर होतेच; पण सुसरीच्या झुडीच्या झुंडी होत्या. त्यामुळं तो भूप्रदेश अस्पर्श राहिला. तिथलं नीतळ पाणी गुलाबी आणि शुभ्र वर्णाच्या कमळपुष्पांनी भरलेलं. अशा झिलानीकडे रानबदकं आकर्षिक होतात. आणि इथंच अरुण बाड्डा नावाचं अत्यंत दुर्मीळ रानबदक आढळून येई. अशा कुवार रानवट प्रदेशाचं वर्णन 'गाय माऊंट फोर्ट' या वन्य-जीवतज्ज्ञानं 'द व्हॅनिशिंग जंगल' या पुस्तकात केलं आहे.

हा पक्षी अतिप्राचीन काळापासून दुर्मीळ आहे. सम्राट अशोकाच्या पाचव्या स्तंभ शिलालेखात नोंदलेल्या संरक्षित पशुपक्ष्यांच्या यादीत अरुण बाड्डाचा समावेश आहे. चकचकीत गुलाबी डोकं आणि मान असलेला हा सुंदर पक्षी साऱ्या रानबदकांत उठून दिसतो. बाकीच्या शरीराचा रंग तपकिरी पिंगट असतो. आभाळात उडू लागला की पंखाखालील पिवळट गुलाबी रंग त्याच्या शरीराच्या तपकिरी रंगाला शोभून दिसतो. नर-मादी जरी दिसायला सारखे असले, तरी मादीचं डोकं व मान यांचा रंग फिकट गुलाबी असतो.

एकदा नवेगावच्या तळ्यात या पक्ष्याची जोडी पाहण्याचा योग आला. माझा माझ्या डोळ्यांवर विश्वास बसेना. जवळजवळ ५०-६० वर्षे नामशेष झालेला पक्षी दिसल्याचा आनंद गगनात मावेनासा झाला. मी माधवराव पाटलांना आणून तो दाखविला. तेव्हा त्यांचीही खात्री पटली. त्यांनी देखील २५ ते ३० वर्षांपूर्वी नवेगाव जवळच्या वांगी व चिंगीच्या तळ्यात तो पाहिल्याचं आठवत असल्याचं सांगितलं.

घोटुल आणि गुलाबी पिसांचा हा योगायोग ऐकून साहजिकच मला घोटुल विषयी कुतूहल वाटलं. घोटुल मधील अनेक प्रसंगांवरची आलमेलकरांनी रंगविलेली चित्रं आठवली. घोटुल त्यांनी जवळून पाहिलं होतं. तेथे ते त्यांचा पाहुणा म्हणून अनेकदा मुक्कामाला थांबले होते. पण त्याविषयी सांगायला मात्र माडिया-मुरियांप्रमाणेच ते उत्सुक नसत. डॉ. अलविननी तर घोटुलवर स्वतंत्र पुस्तकच लिहिलं आहे. आता घोटुल फक्त नावापुरतंच राहिलं आहे. मला वाटतं, अरुण बाड्याबरोबर घोटुलही नामशेष होतं की काय?

मी आलमेलकरांना घोटुल बद्दल अनेकदा विचारलं तेव्हा त्यांनी त्याबद्दल मोठी मजेदार माहिती सविस्तर सांगितली.

‘‘घोटुल म्हणजे एक घर. ते गावाबाहेर जंगलात बांधलेलं असतं. घराभोवती कुंपण असतं. भिंतीवर मुरिया-माडियांची देवकं रेखाटलेली असतात. रंगरंगोटी केलेली असते. खांबावर नक्षी कोरलेली असते.’’

‘‘या घराची देखभाल ७-८ वर्षांपासून ते २० वर्ष वयोगटातील मुलं व मुली करतात. त्यात घोटुलचा मुखिया असतो. तो सांगेल त्याप्रमाणे ते वागतात. कामाची वर्गवारी केलेली असते. कामं नेमून दिलेली असतात. लाकूडफाटा गोळा करणं, रात्रीचं जेवण तयार करणं, पाहुणा आला असेल तर त्याची जेवणाची सोय ठेवणं, त्याला आनंदित करण्याकरिता नृत्य व गाणं ऐकवणं इत्यादी कामं त्यांना करावी लागतात.’’

रोजच्या राहण्याच्या पद्धतीतही वर्गवारी असते. ८ ते १२ वर्षांच्या मुला-मुलींचं सख्य असतं. ते एकत्रित बोलतात-चालतात. गोष्टी करतात. याच वेळी त्यांच्यात एकमेकांविषयी आकर्षण होऊन मैत्री होते. हा झाला पहिला गट.’’

‘‘दुसरा गट १२ ते १५ वर्षांच्या मुला-मुलींचा असतो. त्यांच्यातील पूर्वीची मैत्री, एकत्रित खेळणं, नाचणं आणि झोपण्यामुळं दाट होते.’’

१५ ते २० वर्ष मुला-मुलींचा गट शारीरिक संबंधाला योग्य असतो. अशा वयाची मुलं-मुली रात्री एकत्रित जमतात, नाचतात, गातात. याच वेळी त्यांचा एकमेकांशी फक्त तीन दिवस शारीरिक संबंध येतो, त्यांच्यात प्रेमाची देवाण-घेवाण चालू असते. त्याचं प्रतीक म्हणजे हातानं विणलेली काड्यांची फणी. ही फणी बांबूच्या काड्या आणि दोऱ्यांनी विणलेली असते. या फणीची भेट मुलगा मुलीला देतो. तसंच मुलगी मुलाला देते. ज्या मुलीच्या डोक्यावरील केसात जास्तीत जास्त फण्या ती त्या घोटुलची हिरॉईन. ती घोटुलची सौंदर्यवती. ज्या मुलाच्या डोक्यावर जास्तीत जास्त फण्या तो हिरो. मोठा रूबाबदार असतो तो. नायक-नायिकेला सारं घोटुल भजतं.

‘‘ते एकमेकांचा शृंगार करतात. मुलगा मुलीला सजवितो, तर मुलगी मुलाला सजविते. कानात फुलं ठेवतात. डोक्यावरील केसाची वेणी-फणी करतात. हा सारा शृंगार करताना ते तोंडानं लारेऽ लारेऽ म्हणतात.’’

आलमेलकर चांगला अभिनय करीत. गातही छान. बोलता बोलता मुलं-मुली कशी गातात-नाचतात ते त्यांनी अभिनयासह मला करून दाखविलं.

‘‘लारे लारेऽ लाऽ लाऽ रेऽ रेऽ’’ मला हसू आलं.

नंतर ते सांगू लागले, ‘‘घोटुलपुढं आगोटी पेटविलेली असते. त्यात प्रत्येक जण आपापल्या हिश्श्याचा लाकूडफफाटा आणून टाकतो. नारिंगी रंगाचा सौम्य

उजेड पडलेला असतो. सारेजण जेवण तिथंच घेतात. जेवण गावातर्फे असते. आपापल्या मुला-मुलींचे पालक भात व भाजली पाठवून देतात.''

''जेवण झाल्यावर सर्व मुलं अर्धवतुर्ळाकार करून नाचू लागतात. त्यांच्या विरुद्ध दिशेला मुलीदेखील अर्धवतुर्ळात त्यांना साथ देतात. ही गाणी त्यांनीच रचलेली असतात. रोज त्यांना नवीन गाणी सुचतात. या साऱ्या नृत्यात एक विलक्षण नाद व ताल असतो. ते प्रत्यक्ष पाहिल्याशिवाय त्यातील मजा कळणार नाही.''

''पहाटेपर्यंत ते सारे जण नाचगाण्यात बेहोष असतात. पहाटे ४-५ वाजता ते शेतकामासाठी निघून जातात.''

''मुला-मुलींच्या तीन दिवसाच्या शारीरिक संबंधात गर्भ राहण्याची शक्यता कमी. अशा संबंधातून झालेलं मूल हरामी न समजता मुलीचे आई-बाप त्याचा सांभाळ करतात.''

आलमेलकर पुढं सांगू लागले.

''नारायणपूरजवळ बागडोंगरी आहे. एकदा मी तिथल्या घोटुलचा पाहुणा होतो. त्यांचं नाच-गाणं ऐकत होतो. हळूहळू त्या नाच-गाण्यातील गती वाढू लागली. त्यांचं हसणं-खिदळणं विकोपाला गेलं. तेव्हा मला कळेना की ते इतकं का हसतात. मी दुभाष्याला विचारलं, तेव्हा तो म्हणाला,

''हे गाणं तुमच्यावर बांधलं आहे.''

''काय म्हटलं आहे त्यात?''

त्या गीताचा अर्थ असा :

''आम्ही ऐकलं आहे की जंगलच्या जनावरांना भुसा भरून मुंबईच्या अजब घरात ठेवतात. तसं एक भुसा भरलेलं जनावर आमच्यात येऊन बसलंय. नाही गात, नाही पीत नाही नाचत. फक्त कागदावर रेघोट्या मारीत असतो. भुसा भरलेल्या या जनावराला जीवन कसं जगावं हे समजलंच नाही असं वाटतं. आमच्यासारखा तो काही पिऊन, काही गाऊन, काही नाच करून, काही शृंगार करून जगला असता तर आम्ही समजलो असतो त्याला जीवन कसं जगावं हे कळलंय.''

हे गाणं ऐकून मी त्यांच्याबरोबर नाचू-गाऊ लागलो तेव्हा ते सारे आनंदानं बेहोश झाले. त्यांना वाटलं आता मी त्यांच्यातलाच आहे.

एकदा घोटुलमध्ये नृत्य चालू होतं. सारा गाव ते पाहायला आला होता. ३०-३५ वर्ष वयाची अंजिरा त्या गर्दीपासून दूर उभी होती. मी तिला विचारलं,

''तू का नाचत नाहीस?''

त्यावर ती म्हणाली.

''अरे भाऊ, मी आता काय नाचणार? ज्या वेळी मी घोटुलची होते, त्यावेळी खूप साजशृंगार केलाय. खूप खेळले. खूप नाचले. खूप गायले. आता माझं लगीन झालंय. दोन-चार मुलांची आई झालेय. आता मी संसारी बाई. हे सारं नाच-गाणं लग्नाच्या अगोदर.''

आलमेलकर पुढं सांगू लागले.

''घोटुलचा आनंद ते वयाच्या २५ वर्षांपर्यंत उपभोगतात. आपला जीवनसाथी शोधतात. अशा वेळी घोटुलची मुलगी आपल्या डोक्यातील फणी ज्याची त्याला परत करते आणि फक्त एका मुलाची फणी आपल्या डोक्यात ठेवते. ज्याची फणी ठेवते त्या मुलाचा हात धरून ती घोटुलमधून आपल्या घरी जाते. तिचे आई-बाप त्यांचं स्वागत करतात. मग त्यांचं लग्न होतं. त्यानंतर परत घोटुलमध्ये कधीही जायचं नसतं.''

दुसऱ्या दिवशी आलमेलकर परत मुंबईला गेले. त्यांची अधूनमधून पत्र येत. एकदा त्यांचं सविस्तर पत्र आलं. पत्रात लिहिलं होतं,

''परवा माझा चित्रांचा अल्बम चाळीत असता नामशेष झालेल्या ज्या अरुण बाड्डाच्या तुम्ही शोधात आहात त्याचं चित्र मी २५-३० वर्षांपूर्वी नारायणपूरला असताना रंगविलं होतं. आता त्या पक्ष्याचं रंगीत छायाचित्र पाहिल्यावर सारं काही आठवलं. पण मूळ पेंटिंग मात्र एका प्रदर्शनात विकलं गेलं. ते कुणी घेतलंय? कुठं असावं हे मात्र आता आठवत नाही.''

आलमेलकरांचं ते दुर्मीळ चित्र मिळिवण्याचा प्रयत्न मी अजूनही करीत आहे, आलमेलकरांच्या व नामशेष झालेल्या पक्ष्याच्या आठवणीसाठी.

# ४. तणमोराचे दिवस

फासे पारध्यांच्या त्या वस्तीचं नाव शेषनगर. नागपूर-अमरावती रस्त्यावरच्या बाजारगावापासून २०-२५ किलोमीटरवर ते आहे. १९८१ च्या सप्टेंबरची पहिली तारीख. सकाळची दहाची वेळ. माझ्याबरोबर त्या भागातील फॉरेस्ट रेंजर जाधव होते. त्या वस्तीशी परिचित असणारे पंचायत समितीचे माजी सभापती जगतमामा पण होते.

सुरुवातीला चिखलाचा रस्ता. जंगलातून जाणारा घाट. घाट चढल्यावर उमरी पठार दिसू लागलं. वाटेत पांजरा गाव लागलं. सारी वस्ती बंजाऱ्यांची. मध्येच जगतमामानं जीप थांबवली. रस्त्याच्या कडेला शेताची राखण करीत उभ्या असलेल्या दोघा लमाण शेतकऱ्यांना त्यांनी जीपमध्ये बसवलं.

पुढे हिंगणा-नागपूर रस्ता लागला. एक वळण घेतलं. माळावर झोपड्यांचा समूह दिसू लागला. जगतमामानं सांगितलं, ''सायब हे दिसतं ते शेषनगर-पारध्यांचा बेडा.'' आयुष्यात पहिल्यांदा पारध्यांचं गाव पाहात होतो. वस्तीच्या मध्ये जीप थांबली. फाटक्या, विटक्या, पोशाखातल्या स्त्रिया व मुलं-मुली जीपभोवती एखाद्या झुरळासारखी गोळा झाली. विलक्षण गलबला सुरू झाला. रातकिड्यांसारखा. कुणाचं काही ऐकू येईना. जगतमामा ओरडून सांगत होते. ''सायब तुमासनी धरायला आले नाहीत, त्यांना चिडियाची माहिती पाहिजे.''

बाप्ये अजून घरात लपून होते. दोघा लमाणांनी घरात घुसून दोघा-तिघा बाप्यांना बाहेर काढलं. ते 'कारटं' मध्ये होते. त्यांच्या मागोमाग इतर बाप्ये आले.

एके काळी सभापती असलेल्या आणि हे नगर वसविण्यात साह्य केलेल्या जगतमामांनाही त्या पारध्यांनी जुमानलं नाही. वेगळंच भीतिदायक वातावरण तयार होऊ लागलं. जगतमामा म्हणाले, ''सायब, आता काढता पाय घेऊ या प्रसंग चांगला नाही. रत्नाकर जाधवाचा त्या पारध्यांनी झोंबाझोंबीत शर्ट फाडला.'' माझ्या अंगावर हात घालू नये म्हणून जगतमामा, दोघे लमाण व जाधव मला घेरून

होते. मोठ्या प्रयत्नानं आम्ही त्यांच्या तावडीतून सुटलो. जीप चालू झाली. वाटेत धुंधार पावसानं गाठलं. बरंच अंतर कुणीच बोललं नाही. वाटेत लमाणांना उतरवून दिलं. जगतमामा सांगू लागले. ''सायब, तुम्ही खुपिया पोलीस आहात असे त्यांना वाटल्यावरून हा सारा प्रकार घडला. माझ्यावरचाही त्यांचा विश्वास उडाला. आत्मघातकी म्हणून.''

नंतर कळलं की मध्यंतरी कोंढाळीच्या आजूबाजूच्या गावात मोठमोठे दरोडे पडले. पोलिसांना येथील पारध्यांचा संशय होता. इथले दोन पारधी त्यात सामील होते.

दुसऱ्या दिवशी कोंढाळीच्या त्रिपाठी फॉरेस्टअन् १०-१५ किलोमीटरच्या. धानोलीच्या पारधी बेड्यातून चार पारध्यांना कोंढाळीच्या वनकुटीत आणलं. एकमेकांना चिकटून ते व्हरांड्यात बसले होते. चौघा भावांची नावं होती, चिनकू शिलवतराव पवार, लल्लू, नखुलाल व दिवदास. चिनकू सांगत होता, ''आम्ही सात भाऊ होतो. तिघं मेले, धानोलीत आमची तीन कुटुंबं हाईत. छोटे-बडे धरून खंडीभर माणसं आहोत.''

चिनकूला पक्ष्यांची दोन रंगीत चित्रं दाखवली. स्थानिक लोक दोन्ही पक्ष्यांना तणमोरच म्हणतात. एक लेसर फ्लोरिकन, दुसरा स्टोन कर्ल्यू, चिनकूनं चित्रातील तणमोर बरोबर हेरला. तणमोराची माहिती सांगू लागला.-''साब, आम्ही त्याला दिभोरी म्हणतो. मुर्गीएवढा. खावनचे पंख प्यारे, मोरासारखा. बहुत रंगाचा, साऱ्या चिडियाचे रंग त्याला मिळाले आहेत. हर्रा, पिरवा, कारा, सफेत, लाल, उदा और धामट-पिवळसर, नराला शीरगोळी असते. खावन मोरासारखा तर जोरू तितरासारखी. बरसातीत ते या इलाख्यामंधी सापडत नाहीत. वराड पिकलं की समुद्रावरून उडत उडत येतात. अन् जिकडं-तिकडं तितर-बितर होतात. चांदण्याराती ते एक चऱ्हाट उंचीवरून खाली उतरताना मी पघितला हाय.''

मध्येच मी विचारले, ''चिनकू, तणमोर समुद्रावरून झुंडीतून येताना तू कधी पाहिलंस?''

''जी. नाही, पंडत व ठाकुरांनी आमाला सांगितला. समुंदर तर कधी पघितला नाय.''

''अरे, मग ते समुंदरावरून येतात असं कसं सांगतोस?''

''समुंदरावरूनच येतात. कारण, आपल्या देशाच्या तीन बाजूला समुंदर हाय. एका रातीत सर्व इलाख्यात येणं सिर्फ समुंदरावरूनच शक्य हाय. कुणाही पारध्याला विचारा. तणमोर एकाच वेळी साऱ्या इलाख्यातून सापडतात.'' काटोल येथील फोटो स्टुडिओत जाऊन त्या चारी पारध्यांचे फोटो घेतले.

दुसऱ्या दिवशी कारंजाहून आर्वीला गेलो. तहसील कार्यालयातून आर्वी भागातील बेड्यांची माहिती घेतली. जवळच रेवतीचा बेडा होता.

पण दुपारी इतका मुसळधार पाऊस पडला की, रेवतीच्या अर्ध्या वाटेवरून मला परत यावं लागलं. ओढा भरून वाहात होता. त्यामुळं रात्री आर्वीला मुक्काम केला.

एकटा. अनोळखी गाव. जिकडं-तिकडं रस्त्यानं चिखल. अस्वच्छ वनकुटी. त्यामुळं मला उगाच उदास वाटू लागलं.

उजाडताच आर्वी सोडली. आर्वी ते वर्धा ५७ कि. मी. अंतर तीन-चार वर्षांपूर्वी राजस्थानमधील भावनगरचे महाराज व प्रख्यात पक्षितज्ज्ञ धर्मकुमारसिंहजी माळढोक पक्ष्यांच्या शोधात आर्वी-वर्धा ते यवतमाळ अशा प्रवासात होते असं त्यांनी नवेगाव येथील भेटीत मला सांगितलं होतं. धर्मकुमारसिंहजी माळढोक व तणमोराचे विख्यात अभ्यासक होते. तणमोराचा शोध घ्यायचा असेल तर याच भागात घ्यावा असंही त्यांनी सुचविलं होतं. म्हणून मी देखील त्यांच्या सूचनेनुसार हाच मार्ग स्वीकारला.

तणमोराच्या भूप्रदेशाकडं मी पाहात होतो. येथील आसमंत पाहून पृथ्वी गोल असल्याचं जाणवतं होतं. शेती, वावरं, पडिक रानं, झुडपी जंगलं, दूर क्षितिजावरील पठारी डोंगरांच्या रांगा, निळाई-त्यातून प्रकाशाचा उजाळा. जिकडं-तिकडं शांत. शेतकरी अजून शेतात आले नव्हते. चौकशी कुणाजवळ करायची हा प्रश्नच होता.

वर्ध्याला पोहोचताच बापट साहेबांची भेट घेतली. त्यांच्याबरोबर जेवण करून लगेच हिंगणघाटला निघालो. बरोबर फॉरेस्ट रेंजर धनराजसिंग होते. यापूर्वी ते नवेगाव बांधला होते. हिंगणघाटचा फॉरेस्टर भंडारवारही सोबतीला होता.

हिंगणघाटच्या बाजारात कोल्ही गावच्या पावनशा देशकर या पारध्याची भेट झाली. भिकाऱ्याच्या अवस्थेत तो बाजारात भटकत होता. भंडारवारनं त्याला बोलावून घेतलं. एका रेडिओ दुरुस्ती करणाऱ्याच्या दुकानात बसून त्याला पुस्तकातील चित्रं दाखवू लागलो, तर तो म्हणाला, ''साब, मी आंधळा आहे. डोळ्याला दिसत नाही. म्हणून तहशीलकडे जात होतो. संजय अपंग योजनेखाली मला तहशिलात नाव नोंदवायचं आहे.'' त्यामुळं आम्ही त्याला तसंच सोडून दिलं आणि कोल्ही गावाकडे जायला निघालो.

कोल्ही गावचा पाटील शबीर अहमद याची भेट झाली. गाय घेऊन एक पारधी कोल्हीच्या बेड्याकडंच चालला होता. खांद्याला अडकविलेल्या झोळीत काहीतरी वळवळताना दिसलं. विचारलं तर त्यानं झोळीतून घोरपड काढली.

शेपटीच्या गाठीनं तिला कमरेत बांधलं होतं. त्यामुळं तिला हालाचाल करता येत नव्हती.

शबीर अहमदना बरोबर घेऊन बेड्याकडं जायला निघालो. जाताना ते सांगत होते, ''साब, यांचा जोडधंदा शराबीचा. स्त्रिया शराब बनवितात. पुरुष शिकार करतात.''

मला वाटलं मृगया आणि मदिरा एकत्र आलीय.

तिन्हीसांजा झालेल्या बेड्यावर विलक्षण गोंधळ चालू झाला. काही कळत नव्हतं. भाषा कळत नव्हती. माहिती तर मिळाली नाहीच. तणमोराविषयी त्यांनी वेड्याचं सोगं घेतलं. त्यामुळं त्यांचा नाद सोडून पुलगावला जायला निघालो.

पुलगावला जाताना वाटेत वायफळ लागलं. तिथं पारध्यांची वसाहत होती. शासनानं बांधून दिलेली. वस्तीत गेलो. सारा शुकशुकाट. एक मुलगा भेटला. बऱ्यापैकी पोशाखाचा. पारधी असावा असं वाटलं नाही. चौकशी केली, तर तो म्हणाला, ''साब, मी मराठी सातवी पास झालोय. हायस्कुलात जातो.'' शिकलेला पारधी पहिल्यांदा भेटला. वाटलं अशा शिक्षित पारध्याचा पक्षिसंशोधनात उपयोग करून घेता येईल. जिकडं तिकडं काळीभोर जमीन, बाभूळ वनं, हिरवी शेतं दिसत होती. बाभळीत बसलेले होले दुपारचे घुमत होते. रस्त्यावरून एक पारधी गाईबरोबर जाळीवाघुरं घेऊन शिकारीला चालला होता. त्याला थांबविलं. त्यानं गाय जवळच झुडपाला बांधली. तणमोराविषयी त्याच्याजवळ चौकशी करू लागलो. इतक्यात झुडपाला बांधलेली गाय सुटली. तसा तो रानोमाळ पळत तिच्यामागे लागला. पार दिसेनासा झाला. तणमोराविषयी विचारायचं तसंच राहिलं.

वाट पुसत पुसत आडमार्गावरच्या आगरगाव बेड्यावर आलो. ओसाड

डोंगराच्या पायथ्याला असलेला सारा बेडा ओस पडला होता. आजूबाजूला गाव नाही. कुणाला विचारायचं ते कुठं गेले म्हणून काही कळेना!

दूरवर पुलगाव मिलिटरी डेपोची लांबच लांब भिंत उन्हात तळपत होती.

वर्धा जिल्याचा दौरा आटोपून मी जायला निघालो. परत नागपूरला आलो. कार्यालयीन काम आटोपलं आणि मोर्चा पुन्हा अमरावती जिल्ह्याकडं वळविला.

अमरावती रस्त्यानं वर्धा नदी ओलांडून तिवशाला आलो. ग्रामपंचायतीच्या कार्यालयात सरपंच महमद ईस्माईल शहा, उपसरपंच रामचंद्र केशवराव मकेश्वर यांची भेट झाली. तिवशाला गावालगतच बेडा होता. आम्ही सर्वजण तिकडे गेलो. दहा-पंधरा झोपड्यांचा बेडा. तिथं रूपराव सकाराम भोसले व बनीलाल भोजा भोसले या म्हाताऱ्या पारध्यांची भेट झाली.

तिवसा गावच्या माळरानात भटतितर हजारोंनी होते. हे पारधी त्यांचीच शिकार करीतं. भटतितराची पारध प्रत्यक्ष माळावर कशी करतात, ते मला पाहायचं होतं. पण अजून त्यांच्या शिकारीचा हंगाम आला नव्हता. म्हणून बेड्याच्या रिकाम्या जागेत शंभर फूट लांबीची जाळी लावून शिकारीचं प्रात्यक्षिक त्यांनी दाखविलं. त्यांचे फोटो घेतले.

त्यांच्या बाबतीत तणमोर इतिहासजमा झाला होता. फक्त त्याच्या आठवणी तेवढ्या राहिल्या होत्या.

अमरावतीहून चांदूर रेल्वेचा रस्ता धरला. पोहरा रमण्यात तणमोराचं निरीक्षण केलं. वाटेत चिरोडीच्या जंगलात शेकडो–हजारो अंजनाची छाटलेली झाडं उभी होती. काठेवाडी गवळी या झाडांची पानं गुरांसाठी छाटतात. चिरोडीजवळ डावीकडं एक फाटा सावंगी तळ्याकडं जातो. उंचावरून सावंगीचं तळं एखाद्या सुंदर डोळ्यासारखं दिसू लागलं.

तिथून लालखेडला आलो. बरोबर पोहऱ्याचा फॉरेस्टर होता. गावातल्या त्याच्या ओळखीच्या गंगाराम फकिरा राठोडला बोलावलं. या वंजारी शेतकऱ्याला पारध्यांची भाषा येत होती. अधूनमधून तो बेड्यावर जायचा, त्याच्या शेतात मोलमजुरी करायला पारध्यांना बोलवायचा. परंतु ते बहुतेक येत नसत. त्याला बरोबर घेऊन बेड्याकडं निघालो. १५–२० तरुण म्हाताऱ्या पारधी स्त्रियांचा घोळका वाटेत येताना भेटला. सात बाया पक्ष्यांसारख्या त्या कलकल करीत जात होत्या.

मी विचारलं, ''राठोड, हे कुठं जात आहेत?''

''साब, ते भीक मागायला नागपूर–अमरावतीकडं चालल्येत.''

इथल्या पारध्यांनाही माळरानावर सरकारी घरं बांधून दिली होती. जीप बेड्याजवळ थांबली, तसं स्त्रिया व पुरुष गोंधळ करीत घराबाहेर पडले. इथल्या पारध्यांकडून तणमोराविषयी जी माहिती मिळाली ती नवीन नव्हती. राठोड दुभाषाचं काम करीत होता. मी त्याला विचारलं. ''राठोड पारध्याची भाषा कशी शिकलास?'' तो म्हणाला, ''वंजारी आणि पारधी भाषा जवळजवळ सारखीच आहे. कधी कधी पारधी माझ्या शेतात कामाला येतात. त्यामुळं त्यांच्याशी बोलून सराव झाला.''

वंजारी बोलीवर राजस्थानी भाषेचा प्रभाव आहे. म्हणून मी राठोडला विचारलं, पारधी मूळचे कुठले असावेत?

''साब, त्यांच्या बोली भाषेवरून ते चितोड व जयपूरचे वाटतात.''

माहिती देणाऱ्या पारध्यांची नावं नोंदवहीत टिपीत होतो. पारधी स्त्रियांची नावं कशी असतात, याची चौकशी करून एकीचं नाव लिहून घेतलं, तर ती धावत अंगावर आली. म्हणाली, ''मला जमीन देत असशील तर नाव लिही नाहीतर काढून टाक.''

नाव तिच्यासमोर खोडून टाकल्यावर ती आरडाओरडा करायची थांबली. तिचं नाव होतं, ''गाणा.''

चांदूर रेल्वे पोलीस स्टेशनमधून त्याच्या हद्दीतील पारध्याच्या बेड्याची माहिती घेतली आणि परत अमरावतीला आलो. नंतर मोर्शीचा रस्ता धरला. पावसानं ओल्या झालेल्या तुकतकीत डांबरी रस्त्यावर निंबाच्या पडछाया दिसत होत्या. रत्यावर पाणी साठलेल्या एका डबक्यात चार-पाच मैना आंघोळ करीत होत्या. तहसील कार्यालयातून बेड्याची माहिती घेतली. परतीच्या वाटेत एकही बेडा नव्हता. एक-दोन आडमार्गावर होते; परंतु त्यासाठी २०-२५ कि. मी. रस्त्यापासून आत जावं लागलं असतं. अंधार पडू लागला होता. रात्रीच्या वेळी बेड्यावर जाणं तर शहाणपणाचं नव्हतंच!

चांदूर बाजारला जाताना बरोबर अमरावतीचे रमेश गणोरकर होते. मेळघाटातील कोरकूंची बोली ते अस्खलित बोलायचे. गेली २५ वर्षे ते मेळघाटातील जंगलात भटकतात. वाटाड्या व दुभाषी म्हणून त्यांना बरोबर घेतलं.

चांदूर बाजारच्या पोलीस स्टेशनमधून बेड्याची माहिती घेतली. गाव ओलांडून रस्त्याच्या डाव्या बाजूकडे वळलो. सहा किलोमीटर अंतरावरील चक्रधरस्वामींच्या रिद्धपुरात गेलो. लिळाचरित्र व श्रीगोविंदप्रभूंचं चरित्र वाचलेलं होतं. त्यामुळं या स्थळाचं दर्शन घेणं अगत्याचं वाटलं.

उंच टेकडीवर रिद्धपूर वसलं आहे. जवळ ना नदी ना सरोवर. गावातून चालताना ठिकठिकाणी खंडारं, उद्ध्वस्त घरांचे चौथरे आणि तणाने माजलेल्या मोकळ्या जागा पाहात असताना आपण एका उद्ध्वस्त नगरीतून जात असल्यासारखं वाटलं. असं हे रिद्धपूर पाहिल्यावर मी उदास झालो. वाट शोधीत भाऊसाहेब देशपांडे यांच्या वाड्यातील औदुंबराच्या झाडाजवळ गेलो. भटजी सांगत होते-

''साहेब, स्वामींचा प्रसाद इथंच पडतो. पडताना पानांचा सळसळ आवाज होतो. कधी लाह्या, कधी फुलं पडतात. पण आता प्रसाद पडणं बंद झालंय, म्हणून स्थानमाहात्म्य कमी झालंय असं समजू नका.''

आणि पुढे तो वृद्ध ब्राह्मण म्हणाला, ''आपण पूर्वसंचितामुळं इथं आलात. पूर्वी तुम्ही याच गावचे. मीही याच गावचा होतो. तुम्हाला मी ओळखतो. तुम्हाला

स्वामींचा आदेश झाला. तेव्हा तुम्ही इथं आलात. एरवी हजारो माणसं चांदूर बाजारात येतात. मग तुम्हालाच इथं येण्याची इच्छा का व्हावी! कारण तुम्ही या गावचे आहात.''

मला त्याच्या विधानाचं आश्चर्य वाटलं.

राजमठात गेलो. तिथं श्री गोविंदप्रभूंची समाधी आहे.

नंतर अचलपूर–परतवाड्याहून चिखलदऱ्याला जाताना आठवण झाली ती 'गोनीदां'ची. हे त्यांचं जन्मग्राम. सी. डी. देशमुखांनी आपल्या आय. सी. एस. पदातील सेवेला इथंच सुरुवात केली. चिखलदऱ्याला पोहोचायला रात्र झाली.

चिखलदरा, सेमाडोह ते कोलकाज हा संपूर्ण घनदाट जंगलातल्या रस्त्यावरचा ६०–७० कि. मी. चा प्रवास अविस्मरणीय होता. मेळघाटातील हे जंगल आता व्याघ्रप्रकल्पाखाली येतं. तेव्हापासून येथील वाघांची संख्या वाढत आहे. सातपुडा पर्वतातील दऱ्याखोऱ्यांतून सिपना नदी खळखळ वाहत होती. घाटातून जाणारा रस्ता पार धारणी, रंगूबेलीपर्यंत जातो.

वाटेत मांगिया, रोरा, चिखली या आडवाटेवरील कोरकूंच्या गावांना भेटी देत हरिसाल येथे आलो. इथं एक वृद्ध कोरकू मुकटू सहानु बेलसरे भेटला. तणमोराचं चित्र दाखवल्यावर त्यानं सांगितलं, ''कोरकू बोलीत तणमोराला कारेकू म्हणतात. तापी नदीकाठच्या रंगूबेलीतील सपाट प्रदेशात पारधी व कोरकू आहेत.''

सायंकाळी चिखलदऱ्याला परत आल्यावर कोरकू बोलीचा कोश लिहिणाऱ्या मिस गिराड या अमेरिकन मिशनरी बाईची भेट घेतली. कोशात कोरकू शब्द आला किंवा नाही याची चौकशी केली. पण तो शब्दकोशात नोंदविला नव्हता किंवा तणमोराला पर्यायी शब्दही नव्हता. सध्या ती ऐंशी वर्षांची वृद्धा बायबलचं कोरकू बोलीत भाषांतर करीत आहे.

चिखलदऱ्याहून परतवाड्याला परतलो. तिथून रमेश गणोरकर अमरावतीला गेले. मी आकोटला निघालो. वाटेत अंजनगावसुर्जीला थांबलो. डॉ. मधुकर वाकोडे यांची भेट घेतली. त्यांनी विदर्भातील लोकगीतं खेड्यापाड्यातून हिंडून गोळा केली आहेत. एकदा ते असेच कृष्णा चौधरी व श्रीधर शनवारे यांच्याबरोबर नवेगाव बांधला आले होते. तेव्हा त्यांची ओळख झाली होती.

जाताना वाकोडेंनी मला एक भेट दिली. एका कागदावर सुवाच्य अक्षरात लिहिलेलं पक्षिकुळ हे लोकगीत होतं. मी वाचलं. सारं गीत पाखराविषयी होतं. त्यात एका माहेरवाशिणीनं ओळीओळीत पाखराचं वैशिष्ट्य सांगून वर्णन केलं होतं.

आकोटला पोहोचलो तेव्हा दुपार झालेली. योगायोगानं आज आकोटचा बाजारही होता. मला वाटलं या बाजारात आजूबाजूच्या बेड्यातील पारधी आलेले असणार. तिथल्या ठाकूर चौकीदाराच्या ओळखीनं बाजारातून दोघा पारध्यांना वनकुटीवर बोलावून घेतलं. ते जवळच्या अंबोडा बेड्यातले. अशेषराव मैहजत पवार या ७० वर्षे वयाच्या पारध्याला तणमोराची खूप माहिती होती. तो म्हणाला, "साब, मी उद्या तणमोर धरून आणतो. मला काय बक्षिसी द्याल?"

महागावचा कायदेमंत्री तुळशीराम भोसला त्याला दुजोरा देत होता. दुसऱ्या दिवशी बराच वेळ वाट पाहूनही मला त्यानं कबूल केल्याप्रमाणं तणमोर आणून मात्र दिला नाही. पारध्याविषयी माहिती सांगताना अशेषराव म्हणाला, "साब, विदर्भात दोन तऱ्हेचे पारधी आहेत."

"कोणते?"

"एक वराडी, दुसरा दखनी. दखनी पारधी बुलढाणा इलाख्यात जळगाव-जामोद, लालफत्तर, तेलंगाखेडी, सोनाला व टुणकी येथे राहतात."

बाजार ओसरल्यावर अशेषरावाबरोबर अंबोड्याला गेलो. नदीच्या उथळ पात्रातून दगड-गोट्यातून नितळ पाणी वाहात होतं. पलीकडं काठावर १०-१५ झोपड्यांचा बेडा दिसला. तिथं पारध्यांच्या मुलांसाठी शाळा होती. शिक्षकाची भेट घेतली. तो उदासपणं म्हणाला, "साहेब, मुलं शाळेत येतच नाहीत तर शिकवायचं कोणाला?"

आकोटला परत यायला अंधार झाला.

दुसऱ्या दिवशी पहाटेच रुईखेड्याला जायला निघालो. रुईखेड्याच्या काळ्या मातीतील रस्ता, उन्हं पडून चिखल सुकल्यामुळं त्यात ट्रॅक्टर व बैलगाड्यांच्या खोल चाकोऱ्या पडल्या होत्या. गावामधूनच नाला वाहात होता. पाण्यातून गाडी काढली व महागावकडं निघालो. हाही रस्ता कच्चा व गोट्यांनी भरलेला. दोन-तीन किलोमीटर गेल्यावर महागावची गढी दिसू लागली.

आकोटच्या बाजाराला आलेला महागावचा कायदेपंडित तुळशीराम भोसला हा पारधी बरोबर होता. महागावच्या माळरानातून तणमोराचा शोध घेत भटकत होतो. पण तो कुठं दिसेना. तेव्हा कायदेपंडित म्हणाला, "साब कितना बेमान जात है। नही तो खंडीसे उडते है।"

पारध्याच्या नावात कुतूहल वाटलं. मी त्याच्या कुटुंबातील माणसांची नावं विचारली. तो सांगू लागला, "मला सात भाऊ व चार बहिणी. दोन आयांचा प्रपंच. भावांची नावं एक साहुकार, दुसरा बॅटरीलाल, तिसरा महागाई. बहिणींची नावं हसरी, हिरावंती, मीरावंती व मालवंती."

दुपारी गावात नरसिंग महाराजांच्या मंदिरात गेलो. ठाकूर चौकीदार सांगत होता, ''महाराज, धनगर समाजातील; पण आता जातीशी काय कर्तव्य.''

नरसिंग महाराजांची कथा गुरुचरित्रात आली आहे.

रात्री आकोटला मुक्काम करून दुसऱ्या दिवशी अकोल्याला जायला निघालो. आकोट ते अकोला मार्गावर पटाड नदी ओलांडल्यावर चोहटा गाव लागलं. इथून पुढं रस्ता निर्मनुष्य. वाटेत कुठलं गाव नाही. क्षितिजापर्यंत शेतीवावरं हिरवीगार दिसतात. लावा, तितर व तणमोराचा हा भूप्रदेश. अकोल्याला पोहोचायला सायंकाळ झाली. पालसाहेबांना भेटलो. तणमोराविषयी त्यांच्याशी चर्चा केली. रात्री पी. के. व्ही. च्या विश्रांतिगृहात थांबलो.

अकोला जिल्ह्याचे मुख्य दोन भौगोलिक स्वाभाविक भाग पडतात. एक अंजिठा डोंगराच्या रांगा. दुसरा पूर्णानदीकाठचा उत्तर-दक्षिण सखल प्रदेश.

बाळापूरचे तहसील कार्यालय उंच ठिकाणच्या किल्ल्यात आहे. तेथे जाऊन बेड्याची माहिती घेतली. नंतर तेथून पातूरला रवाना झालो.

पातूरच्या फॉरेस्टरला बरोबर घेऊन बाभळगावच्या बेड्यावर गेलो. बेड्यावर स्त्रियांशिवाय कुणीच नव्हतं. बाप्ये सारे शिकारीला गेलेले. पारधी स्त्रिया कधी पुरुषाबरोबर शिकारीला जात नाहीत. त्यांच्याशी बोलणं म्हणजे एक दिव्यच. बोलल्या तर त्या इतकं असंबद्ध बोलतात, की आपली मती गुंग होते.

तिथं राजघास (राजहंस) नावाचा एक बृहन्नडा पारधी भेटला. बायकी आवाजात तो तणमोराची माहिती सांगत होता. कळलं की त्यालादेखील शिकारीला जाण्याची मना आहे.

मेडशीच्या आगरात आज लाकडाचा लिलाव होता. सारे अधिकारी त्यातच गुंतलेले. मधूनच एक वार -ऽ दोन वारऽऽ-ती ऽऽऽ न वारचा मोठमोठ्यानं आवाज येई.

पालसाहेबांची भेट घेऊन मी वाशीमचा रस्ता धरला. वाटेत मालेगाव हे मोठ्या वस्तीचं गाव लागलं. वरून पाऊस पडत होता. वाशीमला पोहोचलो तेव्हा सायंकाळ झालेली. नेहमीप्रमाणं पीडब्ल्यूडीचं रेस्ट हाऊस मिळालं नाहीच. फॉरेस्ट रेंजर कनोज यांची भेट घेतली. तणमोराविषयी त्यांच्याबरोबर चर्चा केली. त्यांनी सांगितलं, ''तणमोराचं निवासस्थान नष्ट होत आहे. ते प्रामुख्यानं गवती रमणे व झुडपी जंगलात राहतात. वाढती लोकसंख्या आणि दारिद्र्य यामुळं अशा सरकारी जमिनीवर शेतीसाठी अतिक्रमण होत आहे. शेतवावरात हायब्रीड व सुधारित कापसाच्या पिकांवर कीटकनाशक द्रव्यांचा फवारा मारण्यात येतो. तणमोर व

त्यांची पिलं अशा विषारी अळ्या व कीड खाऊन मरतात. विषानं अर्ध मेलेले पक्षी खाऊन माणसांना अज्ञात रोग होतात.''

रात्री कनोज यांच्याबरोबर जेवण घेतलं. चंद्रमौळी रेंज ऑफिसात झोपल्यावर अंगावर पावसाचे थेंब ठिपकत होते. डासांची गुणगुणही चालू होती. बाहेर किर्रर अंधार. दारं तर लागतच नव्हती. पाऊस वाऱ्यात काहीच ऐकू येत नव्हतं. तिथं एखाद्या काळरात्रीसारखं वाटलं.

वाशीम हे मंदिरांचं गाव. वाशीमला तर जुनी काशी म्हणतात. पद्मतीर्थ, बालाजी मंदिर, चामुंडा मंदिर व मध्यमेश्वर मंदिर. वत्सगुल्म माहात्म्यात वाशीमची माहिती सांगितलेली आहे.

मध्यमेश्वर मंदिर हा पृथ्वीचा मध्यबिंदू असल्याच्या अर्थाचा एक संस्कृत श्लोक मंदिराच्या दर्शनी भिंतीवर लिहिला आहे.

वाशीमला मला लक्ष्मण कमलाजी पवार पारधी भेटला. तो फासेपारध्यांचा पुढारी. बिबखेड्याचा राहणारा. चार बुकं शिकलेला. त्याला तीन बायका, सहा मुलं व सात मुली होत्या. मुलं-मुली सर्व शाळेत जात. शिव विमुक्त जातीय सहकारी गृहनिर्माण संस्था बिबखेड्याचा अध्यक्ष. पारधी समाजाच्या सुधारणेविषयी त्याला बरीच आस्था होती. पारध्यांविषयी त्यानं माहिती दिली ती अशी -

''पारध्यांचे मुख्य प्रकार दोन. चित्ते पारधी व पाल पारधी. दोघांचा व्यवसाय एकच म्हणजे शिकारीचा. चित्ते पारधी स्वतःजवळ पढविलेले चित्ते बाळगत. त्यांच्याकडून हरीण-काळविटांची शिकार करवीत. तर पाल पारधी हे पाखरांप्रमाणं आज इथं तर उद्या तिथं अशी शिकार करीत भटकत. आज चित्ते नामशेष झाले आहेत. हरणेही नाहीशी झाली. चित्ते पारधी बेकाम झाले. पालपारधी मात्र अजूनही लावा-तितरावरच जगतो.''

मी मध्येच गदूजीला विचारलं,

''पारधी मूळचे कुठले?''

''राजस्थानचे!'' मुसलमानांच्या कारकीर्दीत बंडखोर राजपुतांना हद्दपार करण्यात आलं तेव्हा ते भारतभर पसरले. टोळ्याटोळ्यांनी राहू लागले. क्षत्रिय असल्यानं उपजीविकेसाठी शिकार करीत रानातच राहू लागले. गाव किंवा गावकऱ्यांशी त्यांनी संबंध ठेवला नाही. वर्षं लोटली. आज फासेपारध्यांची परिस्थिती फार वाईट आहे.

एकट्या अकोला जिल्ह्यात पारध्यांचे ८० बेडे आहेत. अनेक कारणांमुळं पक्ष्यांची शिकारही कमी होत आहे. मग ते उपजीविकेसाठी भुरट्या चोऱ्या करू

लागले. शेतातले पीक चोरू लागले. हळूहळू त्यांची गणना गुन्हेगार जमातीत होऊ लागली. लोक त्यांना गावाजवळ राहू देईनात. एखाद्या गावाच्या शिवेवर पारधी राहायला आला की शेतकरी चिंताक्रांत होतो–तो पोलिसांकडे रिपोर्ट करतो.

तुम्हाला पारध्यांच्या बेड्यांची माहिती पाहिजे असेल तर पोलीस चौकीत त्याची नोंद आहे गुन्हेगार म्हणून. तहसीलमध्ये नोंद आहे ती मतदार म्हणून.

लोक आमच्या स्त्रियांकडे मात्र वाईट नजरेनं पाहतात. त्यातूनच खूनखराबा होतो.

मला वाटतं, म्हणूनच आपल्यातील समाजकंटक पारधी स्त्रीच्या वाटेला जात नाहीत. नाहीतर निजेला धोंडा आणि पांघरायला आभाळाचं छप्पर असलेल्या या समाजातील सुंदर स्त्रियांची किती दैना झाली असती कोण जाणे!

जवळच १५–२० किलोमीटर अंतरावरिल रिसोड येथे पारध्यांचा मोठा बेडा होता. तेथे पिंगळाईचे देऊळ आहे. मंदिरासमोर पुरातन ऋषिवड (रिसोड) आहे. सुंदर तलावाकाठी गोरक्षनाथाचे मंदिर आहे. या परिसरातच सालबर्डीच्या पहाडात श्रीगोविंदप्रभूंची बैठक आहे. तिथं ते चिंतन करीत. पांडवप्रतापामधील अरुणावतीचे हेमाडपंथी मंदिरही आहे. राजकिन्हीला हरणाची टेकडी आहे. हे सारं पाहायचं तर अनेक दिवस लागले असते. तेवढा वेळ माझ्याजवळ नव्हता.

जीपचे डोळे गेले होते. मला कारंजाला अंधार पडायच्या आत पोहोचायचं होतं.

वाशीमहून कारंजा ६० कि. मीटर. माळ मुरुडातून रस्ता गेलेला. गावापासून १०–१५ किलोमीटरवर असताना मंगरूळ पीर गावातील शुभ्र सफेद सुंदर मशीद दिसू लागली. क्षितिजावर कोरल्यासारखी. मागं मी सोलापूरहून विजापूरला मोटारीनं जाताना मला मोकळ्या क्षितिजावर असंच गोलघुमटाचं मनोहर वास्तुशिल्प दिसलं होतं. वास्तुशिल्पासाठी ज्यांनी हे रिकामं क्षितिज निवडलं ते किती सौंदर्यप्रेमी असावेत!

कारंजातील वनवसाहत उंच टेकडीवर आहे. समोर पायथ्याला तळं. तळ्याभोवती बाभळीचं बन. मी येताच तिथले वनाधिकारी बाहेरगावी दौऱ्यावर निघून गेले. तणमोराविषयी त्यांना कसलाही रस नव्हता.

सकाळीच कारंजा गावातील गुरुमंदिरात गेलो. नृसिंह सरस्वती स्वामींचं हे जन्मस्थान. गुरुचरित्राच्या पोथीत त्यांचं चरित्र आलं आहे. गावात संस्कृत व जैन पंडित आहेत. जैन साहित्याचं मोठं ग्रंथालय आहे. जवळच माना गावात श्रीरामाची सुंदर कोरीव मूर्ती आहे. बार्शीटाकळीचे भवानी मंदिरही प्रसिद्ध आहे.

सकाळीच सोमठाणा रमणा पाहिला, तर रमण्यात काठेवाडी गवळ्याच्या धष्टपुष्ट हरण्या रंगाच्या गाईचा कळप चरत होता. दुरून गवळ्यानं फॉरेस्टची जीपं पाहिली, तशी शीळ मारताच गाई चौखूर उधळल्या. गाडी थांबविली. रस्त्याच्या कडेला काठेवाडी गवळी उभा होता. उंच धिप्पाड, ओठावर मिशा, हातात उंच काठी, अंगात गुडघ्यापर्यंत धोतर विशिष्ट पद्धतीनं नेसलेलं, बंडी, डोक्यावर पगडी, कानात भिकबाळी, मनगटात चांदीचा कडा. तोपर्यंत आणखी पाच-सात गवळी आमच्याभोवती जमा झाले. एरवी फॉरेस्ट रेंजर, फॉरेस्टर व फॉरेस्ट गार्डला त्यांनी जुमानलं नसतं; परंतु जीपमधून येणारा साहेब मोठा असणार असं समजून त्यांनी पडतं घेतलं.

रमण्यात गुरं चारण्यास बंदी आहे. तरीपण गवळ्यांचं अतिक्रमण चालू आहेच. तणमोर जमिनीवर घरटी करून अंडी घालतात. ती गवळ्यांची मोकाट गुरं तुडवून टाकतात.

सोमठाण्याचा रमणा तणमोराचा भूप्रदेश असणार, याची मला खात्री वाटली.

सावंगीचा बेडा यवतमाळ जिल्ह्याच्या हद्दीत आहे. पाच-सहा किलोमीटर अंतर गेल्यावर ओढा आडवा आला. मांडीएवढं पाणी वाहात होतं. जीप ठेवून आमची पदयात्रा बेड्यावर गेली. सारे सामसूम. वनपाल ठाकूर मोठमोठ्यानं हाका मारू लागला. सारे बाप्ये शिकारीला गेलेले. झोपडीच्या दारातून एक म्हातारा पारधी डोकावला. त्याच्याजवळ तणमोराविषयी चौकशी केली. त्याचं नाव बिरबल झाबू सोलांकी. तो सांगू लागला, सोमठाण्याच्या बंदीमध्ये तणमोर आहेत. मी पाहिलेत. इथल्या सुकडीच्या भागात दुसरे पारधी आले. सोमठाण्याच्या रमण्यातील तणमोर उठून-उडवून बेमान केले. त्यांच्या हाती लागले नाहीत. आताही तिथं असणार, दिसतो पर तो हाती लागत नाही. सोमठाण्याविषयी मी तणमोराचा अंदाज केला तो बरोबर होता. आता खात्री झाली.

बिरबल राहात असलेली झोपडी पाहिली. ओबडधोबड, जमिनीत सारी ओल होती. बिरबलां वय ८० वर्षांचं असावं. तो खूप थकला होता. उभं देखील राहावत नव्हतं. मी विचारलं, ''अशा ठिकाणी कशाला राहता काका? गावात चला ना!''

माझा प्रश्न निरर्थक होता.

त्यानं उत्तर दिलं, ''साब, मी जंगलाचा पखेरू. जंगलातच राहणार. आता गावात जाणार नाही. इथंच मरणार.''

अकोला जिल्ह्यातील तणमोराचा शोध संपत आला होता. हा भूप्रदेश सोडण्यापूर्वी मला अकोल्याला जाऊन तिथल्या कृषी विद्यापीठातील कीटकशास्त्रज्ञांबरोबर शेतीसाठी वापरण्यात येणाऱ्या कीटकनाशक फवाऱ्याच्या आवश्यकतेविषयी सविस्तर चर्चा करावयाची होती.

मला सी. डब्ल्यू. मॅसन या इंग्रज कृषीपंडिताची आठवण झाली. तो नावाजलेला कीटकशास्त्रज्ञही होता. त्यानं 'द फूड ऑफ बर्डस इन इंडिया' हा अतिशय उपयुक्त असा ग्रंथ १९१२ साली लिहिला. शेतीच्या दृष्टीनं विचार करून कोणते पक्षी काय खातात, शेतीला ते कसे वरदान ठरतात, हे त्यानं सांगितलं आहे. आता अशी व्यापक दृष्टी असलेला कृषी अधिकारी विरळाच.

मूर्तिजापूरहून अकोल्याला पोहोचायला सायंकाळचे चार वाजले. लगेच मी डीनची भेट घेतली. चर्चा केली. चर्चेचा सारांश असा –

''प्रती हेक्टरला संकरित ज्वारीचं उत्पन्न देशी ज्वारीपेक्षा दुप्पट आहे, तर देशी कापसापेक्षा संकरित कापसाचं प्रमाण तिप्पट आहे. आपल्या देशातील लोकांना अन्न व वस्त्र पाहिजे.''

मी मनात म्हणालो, ''राहिला प्रश्न निवाऱ्याचा. तो जंगलातील अंतिक्रमणातून सुटतो आहेच!''

ते पुढं म्हणाले, ''अन्नधान्याच्या गंभीर समस्येपुढं तणमोराचा प्रश्न तसा महत्त्वाचा नाही. माणसं अगोदर जगली पाहिजेत.''

तिथून अकोला–बाळापूर मार्गानं खामगावला आलो. फॉरेस्ट रेंजर पुरोहितांनी सांगितलं की, हिरामण काळू हा पारध्यांचा पुढारी असून तो जिल्हा परिषदेचा सभासदही आहे. तो नांद्रीला राहतो किंवा तिथं नसला तर तांदूळवाडीला भेटेल. त्याच्याजवळ पारध्यांविषयी खूप माहिती आहे. हिरामण काळू दोन्ही ठिकाणी भेटले नाहीत.

खामगावलाच बुलढाण्याच्या जोशीसाहेबांची भेट झाली. जोशी साहेबांबरोबर वर्णा वनीकरण भागात फिरलो. तणमोराविषयी चौकीदाराजवळ चौकशी केली. भर दुपारची वेळ. अंजनाच्या झाडावर बसून सातबायांचा थवा तुई–तुई करीत होता. मध्येच बुलबुल गाई. तितर ओरडे. लावा सूर लावी. पारवे घुमत, चंडोल आभाळात सूर मारीत. सोनकीची पिवळी जर्द फुलं हवेत डोलत होती. खोल दरीतून झुळझुळ पाणी वाहात होतं. मात्र साहेब व त्यांच्याबरोबर वनकर्मचाऱ्यांना मात्र रोपांशिवाय काहीच दिसत नव्हतं.

खामगावच्या वनकुटीत जोशीसाहेबांबरोबर जेवण केलं. लगेच मोताळ्याहून बुलढाण्याकडं वळलो. मोताळा गावानंतर घाट रस्त्याला सुरुवात

होते. पठारामागून पठारं गेली. शेवटच्या पठारावर झाडीत अंधुक गाव दिसू लागलं.

बुलढाण्याच्या पठारावरून गाडी चालली तेव्हा हवेतील गारठा जाणवला. डी. पी. डी. सी. ची मीटिंग असल्यामुळं गावातील सारी विश्रामगृह रिझर्व्ह होती. एस. टी. स्टँडसमोरच्या सुखाश्रमात मुक्काम ठोकला.

सकाळीच बुलढाण्याचे फॉरेस्ट रेंजर कुळकर्णी आले. मी बाहेर निघण्याचा तयारीतच होतो. बाजारात काही पारधी भटकताना दिसले. त्यांना रेंज कार्यालयात आणलं. त्यांच्याकडून बुलढाणा भागातील पारध्यांची माहिती घेतली.

बुलढाण्याला पारध्यांपेक्षा भिल्लच अधिक होते. कुणा साहेबानं भिल्ल ठाण्याचं बुलढाणा केलं होतं. भिल्लदेखील वृत्तीनं शिकारीच.

२०-२५ कि. मी. वरच्या चिंचफाट्याला पारध्यांचा बेडा असल्याचं कळलं. गेलो तर तिथं बेडा नव्हताच. घनदाट जंगलात पारधी राहात असल्याचं तर माझ्या पाहण्यात नव्हतं. त्याचं प्रत्यंतर चिंचफाट्याला आलं.

चिंचफाट्यावरून जवळच असलेल्या गोंदणखेडा या भिल्लांच्या वस्तीवर गेलो. तिथं सूर्यभान हा म्हातारा भिल्ल भेटला. तणमोराविषयी माहिती देताना म्हणाला, "तणमोर दिसायला मोरासारखा आकार कोंबडीएवढा. ढवळा, कबरा रंग, थोडा काळा. १५-२० वरसांपूर्वी देवरीच्या सवान जागेत दोन पाहिले. आभाळातून त्यांचा परा क्वाक् क्वाक् असं बदक आरगतं तसं ओरडत जातो. अंडी कुठं देतात ते माहीत नाही."

तिथून परत बुलढाण्याला आलो. आनंदाश्रमात जेवण करून मेहकरची वाट धरली. मेहकर दोन डोंगरांच्या नाकावर वसलं आहे. पायथ्याला पेणगंगा नदी वाहाते. गावात प्रवेश केला तो बाजारात एक वृद्ध पारधी, दोन मुलं अन् त्याची बायको असं एक कुटुंब फासे रस्त्याच्या बाजूला ठेवून उभं होतं. तो अत्रंजचा. इथल्या हॉटेलसाठी त्यानं लावा, तितर विकायला आणले होते, असं त्याच्याकडून कळलं. तणमोराविषयी विचारलं तर म्हणाला, "तणमोर खामगाव भागात मिळतात. तसेच मेहकर येथे आठवड्याच्या बाजारात विकायला येतात. ते राजरोस विकत नाहीत. त्यांची ठरावीक गिऱ्हाइकं असतात. त्यांच्या घरी नेऊन देतात. तसेच हॉटेलात देखील त्यांचा पुरवठा होतो." त्यानंच सांगितलं की, डोणगावजवळ फासेपारधी राहतात.

डोणगाव १०-१५ कि. मी. अंतरावर हमरस्त्यावर होतं. बेड्याविषयी चौकशी करताना एक गृहस्थ हिंमतराव भेटले.

त्यांनी सांगितलं की, ''आरेगाव, मादनी, घटबोरी येथे पारध्यांचे बेडे आहेत. तेथे ते कायमची घरं करून आहेत. त्यांना शेतीवाडी आहे. फावल्या वेळात शिकारही करतात.'' त्यांनीच आरेगावचे ग्रामसदस्य विठ्ठल काळे यांची ओळख करून दिली. त्यांना बरोबर घेऊन आरेगावकडं निघालो.

आरेगावला बबन भोसले व त्याचे बंधू शंकर जानतीराम यांची भेट झाली. बबननं तणमोराविषयी माहिती सांगताना म्हटलं, ''आम्ही तणमोराला बडख्या म्हणतो. लोक त्याला रानमोरही म्हणतात. एखाद-दुसरा एका नंबरातून दुसऱ्या नंबरात उडून जाताना दिसतो. बंदीत आढळून येतात. हिवाळा, बरसात व उन्हाळा असा बारमाही दिसतो. झाडा-झुडपात, काटे-कुपाटीत, भुईवर माळा करून ४-५ अंडी मादी घालते. आवाज कधी ऐकला नाही.''

तिथून मेहकरला परतायला अंधार पडला.

मेहकरचा डाक बंगला गावाच्या दुसऱ्या टोकाला आहे. परत येताच स्वच्छ स्नान केलं. जेवण करून अंथरुणावर पाठ टेकताच झोप लागली.

मध्यरात्रीनंतर केव्हा तरी जाग आली. समुद्रकिनाऱ्यावर वारा जसा सूऽ सूऽऽ करीत वाहतो तसा सोसाट्याचा वारा खिडकीतून येत होता. मच्छरदाणी फडफडत होती. मी उठलो. विरळ ढगातून चांदणं धरतीवर पाझरत होतं. समोर क्षितिजाच्या काळजाला भिडलेला ओसाड माळ, अन् दोन मजल्याचा भकास वाडा त्यावर उभा होता. मी खिडकी लावून घेतली.

सकाळी जागा झालो तो पाखरांच्या किलबिलाटानं. वारा वाहातच होता. रस्त्यावरून गुराखी गाई घेऊन रानाकडं जात असताना शीळ घालत गात होता. मला ना. घ. देशपांडे यांची 'रानारानात गेली शीळ' या प्रसिद्ध कवितेची आठवण झाली. कवी देशपांडे मेहकरचेच.

मेहकरचा मुक्काम आटोपता घेऊन मी लोणारला जायला निघालो. लोणारला जाताना माझ्या मनात सतत घोळत होतं, की पारधी हेच तणमोराचे खरे शत्रू आहेत. लोणारला सहा पारध्यांची घरं होती. त्यातील छत्र्या मोत्या भोसले याची बाजारातच भेट झाली. त्याचा पोशाख मात्र कुणब्यासारखाच. पारधी म्हणून ओळखू आला नाही. मोठ्या नाराजीनं सरपंचांच्या दुकानात आला. तणमोराविषयी काहीच माहिती नसल्याचं सांगून निघून गेला. सरपंच सांगत होते, ''त्याच्याजवळ २-४ एकर शेती आहे. लोकांना व्याजानं पैसे देतो.''

लोणारचं प्रसिद्ध ज्वालामुखी पर्वताचं तोंड पाहिलं. चोहोबाजूला खडक. खाली सरोवर, पाणी खारं आहे. सरोवराभोवती विविध देवतांची आठ मंदिरं

आहेत. ती आठ दिशांना आहेत. कमळजा देवीच्या मंदिरापुढं ४० फूट उंचीची दीपमाळ आहे. लोणारच्या देवीचा दिवा या स्तंभावर लावतात. दीपमाळेच्या फटीत ठिकठिकाणी पोपटांनी घरटी केली आहेत.

लोणारहून परत मेहकरला येऊन मी पुढील प्रवासाला निघालो.

मेहकरलाच कळलं होतं की अन्‌सिंग गावच्या आठवडी बाजारात पक्षीदेखील विकायला येतात. अन्‌सिंग पुसद रस्त्यापासून दोन-तीन किलोमीटर आत आहे. तेथे फॉरेस्ट गार्डाची चौकशी करीत असता, शेख या गृहस्थाची ओळख झाली. त्याला आजूबाजूच्या पारध्यांच्या बेड्यांची माहिती होती. त्यानंही इथल्या पक्ष्यांच्या बाजाराविषयी दुजोरा दिला. लावा, बटेर, तितर, भटतितर तसंच कधीकधी हरोळी व तणमोरही विकायला येत असल्याचंही त्यानं सांगितलं. नुकताच बाजार होऊन गेल्याचंही त्याच्याकडूनच कळलं.

पुसदला दुपारी पोहोचलो. तिथं गेल्यावर कळलं की, इथल्या हॉटेलमधून तणमोर खायला मिळतात. त्यांनी तणमोर विकत घेऊ नये म्हणून वनविभागानं त्यांना नोटिसाही दिल्या होत्या.

सायंकाळी चार वाजता पुसदच्या फॉरेस्ट रेंजरबरोबर मालेगाव (काळी) ला गेलो. ते गाव पुसद-माहूर मार्गावर आहे. तेथे गेल्यावर ओढ्याला पूर आल्यामुळं रस्ता कमरे एवढ्या पाण्यात बुडाला होता. नुकताच इकडं मुसळधार पाऊस पडला होता. पाण्याला विलक्षण ओढ होती. बेडा ओढ्यापलीकडं पेवठाण्यात होता. पाणी उतरायला अंधार पडला. त्या अंधारातही पाणी चमकत होतं. शेवटी पदयात्रा करीत पेवठाणा गाठलं. रस्ता शेता-वावरातून जात होता. बुटाला इतका चिखल लागला की पाय जड होऊ लागले. ४-५ किलोमीटरचं अंतर संपता संपत नव्हतं. तिथं पुंडलिक जयराम चव्हाण हा पारधी भेटला. तो सांगत होता, ‘‘उमरेड खालच्या भागात इडूळ गावच्या वावरात तणमोर गेल्यावरसी मोराच्या फासात हिवाळ्यात सापडला होता. भंडेवडीच्या मादीचा रंग भुरका, राखुंडीसारखा, पाय पिवळे, चोच पिवळी, गवताच्या झुबक्यात माळा करून ५-६ अंडी घालते.’’

परतायला रात्र झाली. पुसदला मोठं रेस्ट हाऊस आहे. रात्री तिथंच मुक्काम केला.

पुसद ते दारव्हा रस्त्यापासून ८-१० किलोमीटर आत गेलं की गहुली हे जंगलात वसलेलं गाव आहे. तिथं श्री. मधुकरराव नाईक राहतात. माजी मुख्यमंत्री वसंतराव नाईकांचे ते पुतणे. ते या भागातील सामाजिक कार्यकर्ते व शिकारी असल्यानं त्यांची भेट घ्यावी, असं माझ्याबरोबर असलेल्या सहायक वनसंरक्षक

घाटगे साहेबांनी सांगितलं. मधुकररावांची व घाटगे साहेबांची चांगली ओळख होती.

दुपारच्या वेळी महूला पोहोचलो. गावापर्यंत डांबरी रस्ता आहे. त्यांच्या निवासस्थानासमोर जीप थांबविली. निवासस्थान मोठं व सुसज्ज होतं. घाटगेसाहेबांनी माझी ओळख करून दिल्यावर आम्ही तणमोर व त्याचं संरक्षण कसं करता येईल, या विषयाकडं वळलो. मधुकररावांनी अगदी व्यवहारी दृष्टिकोन सांगितला. ''शहरातील हॉटेलवाल्यांना जाण दिली पाहिजे. प्रथम प्रेमानं व सामोपचारानं घ्यावं. नंतरच कायद्याचा उपयोग करावा. तणमोर मारणं हा गुन्हा आहे, हे वृत्तपत्र, आकाशवाणी व टी. व्ही. वर त्या पक्ष्यांची रंगीत चित्रं दाखवून जनतेला माहिती द्यावी. मोर हा राष्ट्रीय पक्षी आहे असा सतत प्रचार झाल्यामुळं आता मोराला उघड उघड कुणीच मारत नाही. मारल्यास गुन्हा होतो हे सामान्य माणसालाही आता माहीत झालं आहे.''

''पक्ष्यांची शिकार हे पारध्यांचं उपजीविकेचं साधन. त्यांच्या पर्यायी उपजीविकेच्या साधनाची सोय झाल्याशिवाय ही शिकार बंद होणार नाही. या कामी ग्रामपंचायती व गावकऱ्यांचं साह्य घ्यावं. पारधी तणमोर घेऊन येतात. ते लोकांना विकतात. वनविभागानं ते ४-५ रुपये जास्तीचे देऊन विकत घ्यावे व ज्या जंगलातून आणले होते, तेथे पक्ष्यांच्या पायात कडे घालून सोडून द्यावे. त्यामुळं त्यांचे प्राण वाचून त्यावर पुढील संशोधनही करता येईल.''

त्यांच्याकडे चहापाणी झालं. त्यांचा निरोप घेऊन आम्ही दारव्ह्याला आलो.

तेथील फॉरेस्ट रेंजर शबीर यांना तणमोराची बरीच माहिती होती. लगेच त्यांच्याबरोबर दहा किलोमीटर अंतरावरच्या गणेशपुरी बेड्यावर गेलो. तेथे रामदास सरपसिंग पवार व सुगन उदल्या पवार यांची भेट झाली. त्यांच्याजवळ तणमोराविषयी चौकशी केली. आता माझी खात्री होत होती की तणमोर साऱ्या विदर्भात आहेत. त्यांचं निवासस्थान संकुचित होत असल्यामुळं त्यांची संख्या आता कमी कमी होत आहे; परंतु ते अगदीच नष्ट झाले असे म्हणता येणार नाही.

रामदास पवार बेड्याचा मुखिया होता. पारधी समाजाविषयी माहिती देताना तो म्हणाला, ''पारध्यांत एकूण साडेबारा जाती आहेत.''

''साडेबारा जाती? त्या कुठल्या!'' मी.

रामदास सांगू लागला, ''उमरावती पारधी, यवतमाळी पारधी, पाल पारधी, चित्ते पारधी, चौरास पारधी-ते पंढरपुराकडे राहतात. भुसावळ पारधी-मण्या विकतात, म्हैसूर पारधी-घोरपडीचे तेल विकतात. जातीप्रमाणं आमची दैवतही वेगळी आहेत.''

''म्हणजे, तुम्ही मूर्तिपूजा करता?'' मी.

''हो, पवार महाकालीची पूजा करतात. चव्हाण संतोषी मातेला भजतात. भोसले सटवाईला पूजतात. तुरी भवानी मातेला मानतात''.

''पण सातच प्रकारच्या पारध्यांची नावं सांगितलीत, राहिलेले साडेपाच कोणते?''

''आता कुठं आठवतंय?''

नंतर हा नाद सोडून यवतमाळला आलो.

यवतमाळला येताच कापगते साहेबांना भेटलो. त्यांच्याबरोबर जेवण केलं. ते माझे परिचित. माधवराव पाटलांचे नातेवाईक. त्यांनी सांगितलं की यवतमाळ जिल्ह्यात पांढरकवडा भागात पारधी आहेत. जीपचे दिवे बिघडले होते. मला अंधार पडायच्या आत नागपूरला पोहोचायचं होतं. महिनाभर दौऱ्यासाठी वापरीत असलेली जीपही सप्टेंबर महिना संपल्यामुळं परत करायची होती. मी कापगते साहेबांचा निरोप घेतला.

नागपूरला येऊन मी माझी आवश्यक व महत्त्वाची कामं आटोपून पुन्हा तणमोराच्या शोधासाठी चंद्रपूरला जायला निघालो.

चंद्रपूर हा जंगलाचा प्रदेश असल्यामुळं तेथे तणमोर असण्याची शक्यता कमी होती; परंतु ताडोबा उद्यानाच्या रामानंदांनी सांगितलं की, तणमोर वरोड्याच्या रमण्यात दिसतात. वन्यप्राणी संरक्षक अधिकारी कण्डये साहेबांनी देखील सांगितलं की, वैनगंगेकाठच्या सपाट प्रदेशात तणमोर आढळून येतात. माधवराव पाटलांनी सांगितल्याप्रमाणं मला चिंधीचक येथील बेड्यावरही जायचं होतं. म्हणून कण्डये साहेबांनी दिलेली जीप घेऊन मी चंद्रपूर गाठलं.

चंद्रपूर, मूलहून सिंदेवाहीला आलो. सिंदेवाहीवरून तळोदीकडं जाताना नहराकाठी पारधी दिसले. चौकशी केली तेव्हा आढळून आलं की, ते आंध्रप्रदेशातील चित्तुर जिल्ह्यातील आहेत. लावा-तितरांच्या शिकारीसाठी नुकतेच इथं आले आहेत.

चिंधीचक येथे तिरथ संपत धारणे हा पारधी भेटला. त्यानं तणमोराची माहिती सांगितली. पण त्यात नवीन असं काही नव्हतं. नंतर नागभीड व ब्रह्मपुरी येथेही पारध्यांच्या बेड्यांविषयी चौकशी केली. फारशी नवीन माहिती हाती लागली नाही.

रात्री बऱ्याच उशिरा चंद्रपूरला पोहोचलो.

दिवाळी जवळ आली होती. मला नागपूरला जाणं आवश्यक होतं. सतत बाहेर राहिल्यामुळं तेथील बरीच कामंही खोळंबली होती.

परतताना ताडोबामार्गे आलो. ताडोबाला रामानंदांची भेट घेतली. त्यांनी दिलेल्या माहितीनुसार तणमोराचा शोध केल्याचं त्यांना सांगितलं. इतके प्रयत्न करूनही आतापर्यंत तणमोराच्या अस्तित्वाचे केवळ पुरावेच हाती आले होते. प्रत्यक्ष तणमोर पाहायला कुठंच मिळाले नव्हते.

१९८२ च्या फेब्रुवारी महिन्यात एक दिवस सकाळच्या वेळी यवतमाळ जिल्ह्यात दारव्ह्याजवळच्या गणेशवाडीतील पारधी रामदास पवार कबूल केल्याप्रमाणं तणमोराला पकडून माझ्याकडं घेऊन आला. योगायोगानं त्याच वेळी नागपूरला पक्षिमित्र संमेलनही भरलं होतं. संमेलनात उपस्थित असलेल्या सर्व पक्षिमित्रांना तणमोर दाखवून त्याची समग्र माहितीही दिली. उपस्थित पक्षिमित्रांनाही तणमोर केवळ ऐकूनच माहीत होता. तो प्रत्यक्ष पाहायला मिळाल्यामुळं संमेलनात उत्साहाचं वातावरण निर्माण झालं. नंतर तणमोराच्या पायात ॲल्युमिनियमचं एक कडं तो ओळखता यावा म्हणून घातलं आणि पुन्हा त्याला गणेशवाडीच्या रानात सोडून दिलं.

विदर्भातील सर्व जिल्ह्यांतील पारध्यांचे बेडे मी नकाशावर दाखविले. मिळिवलेल्या माहितीचं संकलन केल्यानंतर आतापर्यंत कधीही माहीत नसलेली आश्चर्यकारक माहिती उपलब्ध झाल्याचा आनंद झाला.

पारध्यांचे सर्वात जास्त बेडे अकोला जिल्ह्यात आहेत. या बेड्यांची एकूण संख्या ८० आहे. त्या खालोखाल यवतमाळ जिल्ह्यात ५७ बेडे तर अमरावती जिल्ह्यात ४४ बेडे आहेत. बुलढाणा जिल्ह्यात ३५ बेडे आहेत तर वर्धा जिल्ह्यात ३१ बेडे आहेत. नागपूर जिल्ह्यात उमरेड तहसिलीत केवळ १२ च बेडे आहेत तर भंडारा जिल्ह्यात पारध्यांचा एकही बेडा नाही. हे आकडे अभ्यासूला मार्गदर्शक आहेत. कालपरत्वे संख्या कमी अधिक होण्याची शक्यता आहे.

# ५. धनचिडी

बोदराईपासून बदबद्या तीन-चार किलोमीटर अंतरावर आहे. बदबद्या ही पाणझरी आहे. जोडरस्त्यापासून घनदाट जंगल लागतं. बाजूला बेलाग उंचीचे साग व साजा वृक्षांचे घनदाट समूह आणि इतर अनेक प्रचंड वृक्ष. थेट मनोऱ्यासारखे उंच वाढत गेलेले. शेजारी नाला. नाल्याच्या दोन्ही बाजूंना दाट किर्रर जंगल. सूर्यनारायणालाही इथं प्रवेश नाही. या रस्त्यावरून मी पायीच जात असे. बरोबर पवनीचे माधवराव पाटीलही असायचे.

पानगळ चालू झालेली असे. पानं सातभाईच्या थव्यासारखी अलगद जमिनीवर उतरतात. या भागात काळ्या पांढऱ्या रंगाच्या, चोचीवर बाशिंग असलेल्या मोठ्या धनचिड्या आहेत. इथल्या बेलाग उंच वृक्षांवर त्यांची पुरातन घरटी आहेत. एखादं घरटं सापडेल म्हणून आम्ही जंगलात भटकत होतो. गूढ स्थळी ठेवलेली धनचिडीची पिलं शोधणं हे एक मोठं कठीण काम असतं. एखादं गुप्त धन शोधण्यासारखंच असतं ते.

एक एक झाड शोधावयाचं, त्याच्या बुडाजवळ शीट पडलेली आढळते. खाऊन टाकलेल्या फळांचे अवशेषही इतस्ततः विखुरलेले असतात. ते धुंडाळायचे.

बिब्याची फुलं या पक्ष्याला अतिशय आवडतात. ती खाल्ल्यावर न पचलेला बिबा विष्ठेवाटे बाहेर पडतो आणि पुढे तो रुजतो, उगवतो आणि वाढतो. अशी बिब्याची रोपं जंगलात प्रामुख्यानं झाडाच्या बुडाशी समांतर वाढतात. अशी ही बिब्याची झाडं म्हणजे धनचिडीच्या बसण्याच्या अत्यंत आवडत्या जागा आहेत.

नाल्याच्या काठावर एक उंचच उंच अर्जुनीचं झाड दिसलं. गुळगुळीत साल, गुलाबी रंग असलेलं. जणू रानातली ओलेतीच. जवळूनच एक ओढा वाहात होता. झाडाची मुळं पाण्यापर्यंत पसरलेली दिसलीत. ती पाहून अर्जुनी पाण्यात पाय घालून बसली आहे असा भास होत होता.

अर्जुनीच्या झाडाखाली ओढ्याच्या काठावर पाखराची शीट पडलेली आढळली. फळांचे तुकडेही दिसलेत. या खुणा पाहून अर्जुनीच्या झाडावर घरटं असावं असा अंदाज केला. परंतु घरटं नेमकं किती फूट उंचीवर आहे आणि नेमकं कुठं आहे याचा शोध करायला पाहिजे होता. आम्ही जवळच असलेल्या बांबूच्या बेटाआड बसून धनचिडी घरट्याकडे परत येण्याची वाट पाहात बसलो. पण घरट्यातून पक्ष्याचं डोकं दिसण्याऐवजी पिवळ्या नागाचं मुंडकं दिसत होतं. ते दिसे न दिसे तो आत जाई.

मी पाटलांना विचारलं, ''पाटील, साप इतक्या उंच झाडावरच्या ढोलीत जाऊन बसू शकतो काय?''

''हो, जी. आपुन पवनीला पाहिलं नाही का? पक्ष्यांसाठी बनविलेल्या झाडावरच्या लाकडी खोक्यांच्या घरट्यात साप बसलेला?''

इतक्यात वृक्षांच्या छतावरून पंखांचा विलक्षण असा सू सू आवाज आला आणि एक मोठा काळा पांढरा गरुडासारखा दिसणारा पक्षी अर्जुनीच्या फांदीवर बसला. त्याच्या चोचीत सरडा होता. सरड्याचं शेपूट वळवळत होतं. मोठी पिवळी चोच. नाकापेक्षा मोती जड वाटावा तसं चोचीवर भलं मोठं बाशिंग, मान आणि छातीचा रंग काळा. पोट आणि शेपूट पांढऱ्या रंगाचं. पायांवर लव. पाखरानं इकडं तिकडं पाहिलं आणि अलगद उडून ते एखाद्या सुतार पक्ष्याप्रमाणं त्या छिद्राजवळ चोच करून बसलं. पुन्हा ते जर्द पिवळं मुंडकं छिद्रातून बाहेर आलं. सरडा त्या मुखात गेला आणि ते पूर्ववत आत गेलं. साप जसा बिळात जातो तसा. पुन्हा सामसुम तो पक्षी उडून गेल्यावर लक्षात आलं की तो नर की मादी हे ओळखायचं तसंच राहून गेलं.

पाटील हळूच म्हणाले, ''साब अंड्यावर बसलेलं ते पाखरू हो. धनचिडी हाय.''

मी विचारलं, ''घरट्यात कोण बसलंय, नर की मादी?''

''नर बसतो जी.''

मला ठाऊक असलेली पुस्तकी माहिती आठवत होतो. धनचिडी उन्हाळ्याच्या सुरुवातीला उंच झाडाच्या पोखरीत दोन-तीन अंडी घालते आणि अंड्यावर बसते. एक प्रकारची लाळ, शीट, पिसं आणि शेणाच्या मिश्रणानं ती ढोली बंद करू लागते. नर चोचीतून मातीची लहान लहान ढेकळं आणून देतो. ती आतून आणि हा बाहेरून ती ढोली बंद करतात. चोचीच्या थापीनं पृष्ठभाग गिलाव्यासारखा गुळगुळीत करतात. फक्त आतून चोच बाहेर येऊ शकेल एवढी फट ठेवतात.

पुस्तकी ज्ञान आणि अनुभवातील विसंगती लक्षात घेऊन विचारलं, ''ते असं का करतात?''

''नर हा उनाड, चलबिचल असतो. गोदा सोडून उडून जाऊ नये म्हणून ती त्याला घरात कोंडते. मादी अंड्यावर बसली तर तिला एवढा खटाटोप करण्याची आवश्यकताच काय? ती स्वभावतःच वात्सल्यमूर्ती असते आणि असं बसून तिनं स्वतःच कोंडून घेतलं तर तो तिची तसेच पिलांची काळजी घेईलच असं नाही. लागला एखाद्या बयेच्या नादी तर!''

माझ्या प्रश्नाचं मोठं मजेदार स्पष्टीकरण पाटलांनी दिलं.

मला लावा पक्षिणीची आणि पाणपिपुलीची आठवण झाली. त्या आपल्या उनाड जोडीदाराला दम देऊन आणि चोचीनं चावा घेऊन घरट्यातल्या अंड्यांवर बसायला भाग पाडायच्या आणि त्याच्यावर पाळत ठेवायच्या.

मी पुन्हा विचारलं, ''नर आणि मादीची ओळख पटणं धनचिडीच्या बाबतीत तर मला जरा कठीणच वाटतं.''

''साब, नर व मादीच्या बाशिंगात फरक असतो. नराचं बाशिंग आकारानं मोठं व उंच असतं. मादीचं मात्र लहान व सपाट असतं.''

मी काही बोलत नाही हे पाहून पाटील पुन्हा पुढं सांगू लागले.

''साब, तुमच्या मनात जसा संशय आहे तसा माझ्या मनातही होता. एकदा मी व गांधारीचा माधो गोंड इटिया डोहाजवळच्या एरंडी सुरतोलीच्या जंगलात शिकारीसाठी भटकत होतो. एवढ्यात का-का, का-का असा मोठा आवाज कानावर पडला. माझ्याबरोबरच्या गोंडाला म्हटलं,

''माधो, मोठी धनचिडी बोंबलतेय. बघ तरी खरं.''

माधो माझ्या सूचनेनुसार आवाजाच्या दिशेनं गेला. आणि थोड्या वेळानं परतून सांगू लागला.

''पाटील, धनचिडीचा गोदा हो.''

आम्ही त्या झाडाजवळ गेलो. ते बेहड्याचं झाड होतं. गोंडाची नजर मोठी तेज. गरुडावाणी. बेहड्याच्या मुळाशी पांढरी शीट पडली होती. टेंभुर्णी व मोहांच्या बिया पडल्या होत्या. अर्धवट खाऊन टाकलेली फळंही पडली होती.

मी माधोला झाडावर चढून तो गोदा फोडायला सांगितलं. त्याला बऱ्याच दिवसांपासून धनचिडीचं मांस खायला मिळालं नव्हतं. धनचिडीचं मांस रानबदकाच्या मांसापेक्षाही अधिक रुचकर असतं.

माधो एखाद्या वानरासारखा झरझर झाडावर चढला. झाड उंच व सरळसोट होतं. गोदा ६०-७० फूट उंचीवर होता. एका हातानं झाडाला बिलगून त्यानं ते पक्क

धरून ठेवलं आणि दुसऱ्या हाताच्या बोटांनी ते लिंपण फोडावं म्हणून त्यानं छिद्रात बोट घालून ते जोरानं ओढलं. पण लिंपण काही फुटलं नाही. त्यांन त्यावर बुक्कीही मारून पाहिली. पण तरीही त्यात त्याला यश आलं नाही. मी हे सर्व खालून पाहात होतो. शेवटी खाली उतरून तो म्हणाला,

''पाटील, गोदा सिमिटासारखा पक्का हो, काडी घेऊन जायला पाहिजे.''

माधोनं खांद्याला धुटी अडकवली. त्यात लाकडाचं दांडकं ठेवलं. कमरेला रुमाल बांधून त्यात पिलं ठेवण्यासाठी ओचा केला. पुन्हा झरझर झाडावर चढला. एखाद्या वानरासारखं झाडाला चिकटून खोडाला कान लावले. त्याच्या डोळ्यांप्रमाणंच त्याचे कानही तेज होते. धनचिडी आपल्या पिलाला पंखाखाली झाकून घट्ट बसून राहिली. पिलं चिवचिवत असल्याचं त्याला ऐकू येत होतं. धनचिडी सावध झाली होती. तिच्या पंखांची हालाचाल ऐकू आली. माधोनं दांडक्यानं लिंपण फोडलं आणि हात ढोलीत खुपसला. त्या धनचिडीनं ची ची करून खंजिरासारख्या आपल्या चोचीनं त्याची बोटं फोडली. तरी त्यानं त्या पक्ष्याला सोडलं नाही. त्यानं त्याचे दोन्ही पंख धरून दाबलं आणि बाहेर काढून धुटीत घातलं. त्यानं धुटीच्या तोंडाची जाळी ओढून घेतली. मांसाच्या गोळ्यासारखी दोन पिलं अलगद काढून ओच्यात ठेवली आणि तो खाली उतरला.

पिलांचं मी सूक्ष्म निरीक्षण केलं. पिलांच्या पाठीवर काटे फुटावेत तसे पर येत होते. दुधभुरा अजून यायचा होता. त्याच्या हाताची बोटं रक्ताळली होती. मी धुटीतल्या धनचिडीला बाहेर काढून तिचंही निरीक्षण केलं. पाखराची पखझड होऊन पुन्हा पंख फुटत होते. एखाद्या समाधी घेतलेल्या योग्याप्रमाणं तो तेजस्वी व सुंदर दिसत होता. बाशिंग उंच होतं. तो नरच होता. माधोनं जंगलात अनेक वेळा झाडावरच्या गोद्यात अशी नर धनचिडीच पकडली होती.

पक्षिशास्त्रातील संशोधकांच्या निरीक्षणाला अरण्यविद्या जाणणाऱ्या माधवराव पाटलांचं आणि सदासर्वकाळ धनचिडीचा गोदा शोधत हिंडणाऱ्या माधो गोंडाचं आव्हानच होतं. ते आव्हान माझ्याकरिता पण होतं. इतक्यात पाटील सौम्य स्मित करीत म्हणाले, ''तुमचं शास्त्र काय म्हणतं ते मला माहीत नाही; परंतु प्रत्यक्ष अनुभव मात्र असा आहे.''

पवनीला परत जाताना माझ्या मनात त्या पक्ष्याविषयीचे व त्याच्या चोचीवरच्या बाशिंगाविषयीचेच विचार घोळत होते. चोचीवरील बाशिंगाचा त्या पक्ष्याला काय उपयोग होत असावा हे पक्षिशास्त्रज्ञांना न उलगडलेलं गूढ आहे. पक्षिशास्त्रज्ञांनी याबद्दल निरनिराळी मतं नोंदविली आहेत. याबद्दल माधवराव पाटलांना काही निश्चित सांगता येईल म्हणून मी त्यांना औत्सुक्यानं विचारलं,

‘‘पाटील, या पक्ष्याच्या चोचीवर हे भलं मोठं बाशिंग कशाला हो?’’

यावर माधवरावांनी माहितीपूर्ण आणि विचार करायला लावणारं उत्तर दिलं.

‘‘साब, हे पक्षी बेहडा, अर्जुन आणि मोहाच्या झाडावर गोदा करतात. ही झाडं जमिनीखाली पाझरणारं उदक दाखवितात. त्या बाशिंगाचा आकार नालासारखा आहे. पानाडी जमिनीतील पाणी शोधण्यासाठी वापरतात त्या चिमट्यासारख्या दिसणाऱ्या उंबराच्या फांदीसारखा. त्या साहाय्यानं घनदाट अरण्यात ते आपला मार्ग शोधत असावेत.’’ ते पुढं म्हणाले, ‘‘या पक्ष्याचं नाव धनचिडी किंवा धनछडी असं रूढ आहे. अशा झाडांखाली मूल्यवान खनिजद्रव्यरूपी धन असावं. आणि हे धन दाखविणारी ही जादूची छडी असावी.’’

मी मनात म्हटलं, आम्ही पक्षिशास्त्रज्ञांनी आजपर्यंत या दृष्टीनं कधी विचारच केला नाही. तो आता यापुढं अवश्य करावा लागेल. एक शक्यता म्हणून.

# ६. रानातली घरं

जंगलातल्या घरी जाण्यापूर्वी माझं घर रानातच होतं. सोलापुरातील शनिवारपेठेत मारुतीच्या देवळामागं मोठा वाडा आहे. त्या वाड्यात अंबाबाईचं देऊळ आहे. देवळासमोर विहीर. माझ्या वडिलांची पणजी पोचम्मानं देवळाजवळ पिंपळ लावला होता. तिला तुळजापूरच्या भवानी मातेचा साक्षात्कार झाला होता. तेव्हापासून वाड्यात देऊळ होतं.

माझ्या खापरपणजीला झालेल्या देवीच्या साक्षात्काराविषयी माझी आई मोठ्या भक्तिभावानं सांगताना म्हणायची –

''बरं का, पोचम्मा देवीची आराधीन होती. दर पुनवेला ती देवीच्या दर्शनास तुळजापूरला बैलावर बसून जायची. बरोबर तिचा मुलगा रेवणप्पा असायचा. ती एकदा देवळातल्या धर्मशाळेत झोपली असता देवीनं राती तिच्या स्वप्नात येऊन सांगितलं की, मी यावेळी तुझ्याबरोबर घरी येणार हाय. तुळजापूरचा घाट उतरेपर्यंत बैलावर कुणीही बसायचं नाही. दुसऱ्या दिवशी ते दोघे मायलेक सोलापूरला जायला निघाले. बैलाचं वेसण धरून रेवणप्पा पुढं चालला होता. बैलाच्या मागोमाग पोचम्मा. घाट उतरल्यावर पायथ्याला झाडाखाली थोडा विसावा घेत असताना तिनं बैलाच्या अंगाला हात लावताच तिला आश्चर्य वाटलं. त्याचं सारं अंग घामानं ओलंचिंब झालेलं होतं. तिची खात्री झाली की देवी त्या बैलावर बसली आहे. नंतर ते दोघे सोलापूरला येईपर्यंत बैलावर बसलेच नाहीत. अशा रीतीनं देवीनं त्या वाड्यात प्रवेश केला.''

त्यानंतर काही दिवसांची गोष्ट. कुणी एक सावकार जयपूरहून अंबाबाईची मूर्ती घेऊन अक्कलकोटला चालला होता. सोलापुरात रात्र झाल्यामुळं तो जवळच मारुतीच्या देवळात मुक्कामाला थांबला. दुसऱ्या दिवशी लवकर जागा झाला. डोळे उघडून पाहतो तो जिकडे तिकडे अंधारच अंधार दिसू लागला. तो एकाएकी

आंधळा झाला होता. हे काय विपरीत झालं म्हणून सावकार चिंता करीत देवळातच दुःखी मनानं बसला. रात्री ती देवी त्याच्या स्वप्नात येऊन म्हणाली, ''सावकार, ही मूर्ती तुझ्या गावाला घेऊन जाऊ नकोस. इथं पलीकडेच देवीची आराधीन राहाते. तिच्या वाड्यात माझी स्थापना कर. म्हणजे तुझी दृष्टी पुन्हा येईल.''

सकाळी उठून देवीच्या आराधिनीची चौकशी करीत तो पोचम्माच्या घरी गेला. रात्रीचं स्वप्न तिला सांगितलं. अन् मोठ्या समारंभानं त्यानं तिथं देवीची स्थापना केली तेव्हा त्याचं आंधळेपण जाऊन त्याला पहिल्यासारखं दिसू लागलं. सावकार पोचम्माच्या पायांवर आदरपूर्वक मस्तक ठेवून निघून गेला.

माझे आजोबा लक्ष्मण आणि त्यांचा भाऊ रेवणसिद्धप्पा अंदाजे दीडशे वर्षांपूर्वी मराठवाड्यातील दुष्काळामुळं उस्मानाबाद जिल्ह्यातील उजळंबवाडी सोडून सोलापुरात आले. ते पुन्हा आपल्या गावी परतले नाहीत. ते गवंड्याचा व्यवसाय करीत. माझ्या आजोबांनी स्वतःचं घर स्वतःच्या हातांनी बांधून काढलं. स्वतःच्या कुटुंबाचं अन्न साधेपणानं आणि प्रामाणिकपणानं मिळवीत राहिले. कुणी सांगावं, त्यामुळंच देवी त्यांच्या घरी राहायला आली असावी. पोचम्माला देवीचा साक्षात्कार झाल्यापासून तिला भूत-भविष्यकाळाचं ज्ञान होऊ लागलं. ती शकुन सांगायची. दर मंगळवारी आणि शुक्रवारी त्या देवळात जनजत्रा भरायची.

पुढे सोलापुरात प्लेगची साथ आली. त्या साथीत माझे आजोबा, त्यांचे बंधू रेवणसिद्धप्पा आणि त्यांची आई, असे सारे कुटुंबीय बळी पडले. जगली फक्त पोचम्मा; पण तीही फार दिवस वाचली नाही. तिच्या निधनानंतर माझ्या वडिलांची विधवा आत्या अंबाबाईचं देऊळ असलेल्या वाड्याची देखभाल करायची. पुढं तिनं तो वाडा देवळासकट एका ब्राह्मण कुटुंबाला विकला. हा वडिलोपार्जित वाडा आमच्या घराण्याची आठवण म्हणून परत त्या ब्राह्मण कुटुंबाकडून विकत घेण्याचा प्रयत्न माझ्या वडीलबंधूंनी माझ्या आईच्या इच्छेसाठी म्हणून केला; परंतु त्यांनी तो आम्हाला न विकता दुसऱ्याच एका तेलंगी गृहस्थाला विकला. त्यामुळं आमच्या आईची इच्छा अपुरीच राहिली.

या घराचा माझा संबंध दुरान्वयानं आला. आमची शाळा वाड्यासमोरच्या मारुतीच्या देवळात भरे. मला त्या वाड्यातील देवीच्या देवळाचं, विहिरीचं आणि तिथल्या पिंपळाचं मोठं आकर्षण वाटे. मधल्या सुटीत मी माझ्या बालमित्रांबरोबर त्या पिंपळाखाली खेळायचो. तिथं गेल्यावर आम्हाला मुक्त आणि सुरक्षित वाटे. त्या झाडावर आम्ही चढायचो. फांद्यांवर बसायचो. त्याच्या पारंब्यांना धरून झोके घ्यायचो, बुंध्यामागं लपंडाव खेळायचो. कळसावर पिंपळाची दाट सावली पडायची. विहिरीत त्याची पडछाया!

तिनीसांजा मी देवीच्या दर्शनाला एकटाच जायचा; पण तिथं मला एकटं कधीच वाटलं नाही. अशा वेळी कावळे, राघू, मैना आणि चिमण्या त्या झाडावर जमायचे. कावळ्यांची काव काव, मैनांचं कुलुलुलु, राघूंची किरकिर, चिमण्यांचा चिवचिवाट व पानांची सळसळ एक वेगळीच गूढ, आनंददायी, गंधर्वनगरी नजरेपुढं उभी ठाकायची. मन अंतर्मुख व्हायचं. देवीचा पुजारी कृष्णप्पा माणसा एवढ्या उंच समईत सांजवात लावायचा. अशाच एका क्षणी माझ्या खापर पणजीनं लावलेल्या पिंपळवृक्षानं मला सौंदर्य आणि शांतीचं दर्शन घडविलं. पाखरांशी नातं जोडून दिलं. तिनं दिलेला आशीर्वाद आयुष्यभर पुरून उरला.

वडिलांच्या आत्यानं देऊळ आणि वाडा विकल्यावर माझे वडील विजापूर वेशीच्या भागात राहायला गेले. तो वाडाही फार जुना. ज्या घरात आम्ही राहात होतो त्या घरात गुप्त धन होतं. मला ते अवसे-पुनवेला बोलवायचं-''मी येऊ का? मी येऊ का?... मला यायचं आहे''... मी येत नाही असं पाहून त्या धनावरील नागच मला बोलवायला आल्याचं आई सांगते. एकदा मध्यरात्री अंधारात काही तरी आढ्यावरून खाली धपकन अंथरुणात माझ्या शेजारी पडल्याचा आवाज आला. आई घाबरून उठली. बाबांना जागं केलं. त्यांनी दिवा लावला. माझ्या अंगावरून भला मोठा नाग सरपटत जात असताना उभयतांना उजेडात दिसला. आईच्या रडण्या-ओरडण्यानं मी जागा होऊ नये म्हणून बाबांनी तिच्या तोंडावर हात ठेवला. मी शांत झोपलो होतो. त्या वेळी मी वर्ष-सहा महिन्यांचा असेन. आई मनात देवीचा धावा करीत होती. ते गुप्त धन माझ्या नशिबी होतं; पण माझाच बळी मागत होतं. माझी चुलत आजी शकुन पाहायची. तिला आईनं सारं सांगून सल्ला विचारला असता तिनं हे घर सोडायला सांगितलं. अन् माझ्यासाठी ते घर काही वर्षांनी सोडून आम्ही पाच्छापेठेतील घरात गेलो.

पाच्छापेठेत आम्ही एका जुन्या वाड्यातील घरात राहात होतो. त्यावेळी मी सहा-सात वर्षांचा असेन. आमची पेठ मुसलमान पाच्छापेठ म्हणून ओळखली जायची; कारण आजूबाजूला सारी वस्ती मुसलमानांची. आमच्या वाड्याच्या दोन्ही बाजूंना सराफाचा वाडा. समोर नालबंदाचं घर. नालबंदाच्या घरासमोर एक मुसलमान म्हातारा आपल्या तरुण पत्नीबरोबर राहायचा. दिवसभर तो कामावर जाई. सांजेला तेवढा दिसे. त्याच्या घरासमोर रुईचं झाड होतं. माझ्या पाहण्यात आलेली रुईची झुडुपं होती. १०-१५ फूट उंचीचं भरपूर फांद्या आणि पानं असलेलं रुइंचं झाड फक्त त्याच्या घरासमोर पाहिलेलं. त्याची पानं औषधी गुणधर्माची. त्यातून येणारा दुधासारखा पांढरा चीक अनेक व्याधींवर उपाय म्हणून वापरत. फुलं मारुतीला वाहायला लागायची. साऱ्या आळीत तेवढं एकच झाड. त्यामुळं

कोणाला पानं, फुलं आणि चीक लागला तर घराची मालकीण असलेल्या कुलसुंबीकडं मागत. तीही न कुरकुरता देई. उन्हाळ्यात त्या झाडाला फळं आल्यावर ती पक्व होऊन फुटताच त्यातून रुई बाहेर येई. हवेत उडणाऱ्या त्या म्हाताऱ्यांना पकडण्यासाठी आम्ही पाठलाग करीत करीत बोळीतून पार सरोदे मास्तरांच्या घरासमोरच्या रस्त्यावर येत असू. जमा झालेली रुई मी जवळच राहात असलेल्या माळकरीण आत्याला नेऊन देई. ती चुट्टा ओढीत असे. चकमकीनं पेटविण्यासाठी तिला रुईची जरूरी असे.

या रस्त्यापलीकडं बी डिव्हिजन पोलीस स्टेशनच्या इमारतींना सुरुवात होते. त्या मागच्या भागात पोलीस अधिकाऱ्यांचे बंगले आणि शिपायांच्या चाळी. या इमारतींची हद्द संपली की तिथं मोठं गेट आहे. गेटातून आत गेलं की सारी निवासस्थानं दिसायची. त्यासमोर फुललेल्या सुंदर बागा दिसायच्या. गुडघ्याच्या खाली आलेली जाडी भरडी हाफ पँट आणि त्याच रंगाचा ढगळं सदरा घातलेले कैदी फुलझाडांना झारीतून पाणी देताना दिसायचे. पुढं गेलं की एक छोटंसं गेट. त्यातून बाहेर पडलं की समोर माळरान पसरलेलं. माळरानात एका कुटुंबाची एकुलती एक झोपडी. त्या झोपडीसमोरून जाताना मागं वळून पाहिलं की जेलची उंचच उंच दगडी भिंत दिसे. विजापूर वेशीकडं जाणारी ही आडवाट फक्त लहान मुलंच वापरीत. कुणी बाईबापडी त्या मार्गानं जाताना कधी दिसली नाही.

आम्ही मुलं मात्र त्या आडमार्गाचा सर्रास उपयोग करीत असू. कारण ती वाट माळरानात जाई. तिथं चिंचा आणि कवठाची झाडं होती. लिंबा-बाभळीची सावली होती. त्या झाडांच्या आश्रयानं पाखरं राहात. खारी इकडून-तिकडं बागडताना दिसत. तिथं रंग बदलणारे सरडे होते. भुंगे गुणगुणायचे. पानं सळसळायची. माळरानात विविध रंगांची फुलं फुललेली असायची. त्यांचा सुगंध दरवळलेला असायचा. विविध रंगांची फुलपाखरं फुलाफुलांवरून उडताना दिसायची. विमानासारखे पंख असलेले लहान मोठे चतुर हवेत उडताना दिसायचे. त्यातला सर्वांत मोठा चतुर धरण्यासाठी आमच्यात चढाओढ लागे. जो कोणी पकडायचा त्याला मोठा आनंद होई. दिवसभर त्याच्या शेपटीला दोरा बांधून त्याला पतंगासारखा उडवीत. डबक्यातील पाणनिवळ्या पाहायच्या. त्या पाण्यावर अलगद तरंगताना पाहून आश्चर्य वाटे. काही जण झाडाच्या सालीतून सोनकिडे शोधून काढायचे. चिंचा पाडायच्या. कवठं खायची. तहान लागल्यावर माळावरल्या घरात जाऊन पाणी मागायचो. तहान भागली की पुन्हा भटकंती. ते पार सायंकाळ होईतो.

लहानपणी ज्या रानात मी माझ्या बालमित्रांबरोबर भटकायचो त्यातला हाथीबावडीचा परिसर मला खूप आवडायचा. हाथीबावडी म्हणजे एक प्रचंड

विहीर होती. त्या विहिरीचं पाणी मोटेनं हत्तीच्या साहाय्याने काढीत. पाच्छा पेठेतील माझ्या घरापासून ती विहीर एखाद किलोमीटर अंतरावर असेल. तिथंच मी पोहायला शिकलो. उन्हाळ्याच्या सुटीत तिथं यथेच्छ पोहलो. तिथल्या चिंचेच्या राईतील दाट सावलीत दिवसभर मित्रांबरोबर खेळलोय. नंतर अनेक वर्षांनी कळलं की याच परिसरात सोलापुरातील संत कवी, चित्रकार, संगीतकार, आणि नृत्यकलेत निष्णात असलेले शुभराय महाराज अनेक वर्षे साधना करीत होते.

हाथीबावडी आणि सभोवतालची शेतीवाडी कुणा शंकर भटाची होती. अनेक वर्ष न कसल्यामुळं त्याचं रान बनलं. विहीर उद्ध्वस्त झाली, नंतर ती भुताची विहीर म्हणून ओळखली जाई. विहिरीत सतत स्त्रिया आत्महत्या करीत असल्यानं ती बुजविण्यात आली.

सायंकाळी आम्ही वाड्यातील सारी मुलं-मुली माळवदावर जमलो की शेजारच्या वाड्यातील सराफाच्या मुलीही खेळायला यायच्या. शेजारच्यां वाड्यातील लिंबाच्या चार प्रचंड वृक्षांची सावली माळवदावर पडे. ही झाडं म्हणजे आमचा सुखाचा निधीच होता. अर्धवर्तुळाकार अशा त्यांच्या छतातून शेकडो हात फुटावेत असा फांद्यांचा विस्तार होता. इतकी जिवंत आणि शक्तिमान असलेली विशाल झाडं माझ्या पाहण्यात नाहीत. आम्हा मुलांकरिता ते एक वेगळंच जग होतं. ऋतूमागून ऋतू जात. ती झाडं आहेत तिथंच होती. तशीच दिसत. त्यांच्या सान्निध्यात आम्हाला साऱ्या निसर्गाचा अनुभव येई.

या झाडांची शिशिरातील हळुवार पानगळ मी पाहिली. सारी झाडं जणू काष्ठशिल्प बनायची. पावसाळ्यातील वारा-वादळ त्यांच्या पाना-फांद्यांतून घोंगावताना ऐकलं. पाखरांची गाणी ऐकली. पिवळ्या धमक लिंबोळ्या आल्यावर एका कडू-गोड गंधानं तिथलं वातावरण प्रमुदित झालेलं अनुभवलं. मध्यरात्रीनंतर कधी जाग आली तर आभाळाच्या पार्श्वभूमीवर त्यांच्या काळ्या अन् अपरिचित अशा सावल्या आणि आकारांचा खेळ पाहून भीतीनं पुन्हा तोंडावरून पांघरूण घेऊन झोपून जात असे.

हिरवी-तांबूस दिसणारी चैत्रपालवी फुटू लागली की त्या नवतीनं ती झाडं नटून जायची. सतेज नवीन पालवीनं या वृक्षांना अपार्थिव सौंदर्य प्राप्त होई. नंतर फुलोरा यायचा. फुलं पांढुरकी, निळी, इवलीशी. वाऱ्याच्या प्रत्येक झुळकीबरोबर मंद मधुर गंध येई. मधमाशांची नादमय गुणगुण ऐकू येई. हळूहळू लिंबोण्यांचं आगमन होई. त्या पिकू लागत. कावळे वृक्षांच्या शेंड्यांवर घरटी बांधू लागत. कोकिळ गाऊ लागत. कावळे त्यांना हुसकावून लावीत. एका घारीनं तर तिथल्या झाडावर कायमचं घरटं केलं होतं. काटक्यांचं. विणीचा काळ आला की त्यावर

काटक्यांचा नवीन थर ती घाली. ते होतं जाडं भरडं आणि आकारहीन. त्यात पिलं होती. ते भावमुग्ध आणि सुंदर चित्र मागच्या निळ्या आभाळावर रेखाटलेलं आहे असा भास होई. त्यातून घारीचा नादमधुर, मनाला लुब्ध करणारा आवाज येताच मला जाग येई. आणि या घरट्याकडं पाहात राही. एकदा लिंबाच्या पानोळ्यांतून घरट्यावर मला शुक्राचा तारा चमकताना दिसला. तिकडं मी पाहात होतो. स्वतःचं देहभान हरपून, कुठल्यातरी अज्ञात शक्तीनं सारं हृदय हेलावून निघालं. त्या सौंदर्याच्या बोधानं मी पुलकित झालो.

रात्री इतर झाडांखाली आपल्याला थांबावंसं वाटणार नाही; पण लिंबाची झाडं त्याला अपवाद आहेत. चांदण्या रात्री तर त्या झाडांना अभूतपूर्व सौंदर्य प्राप्त होतं. ते देखील नित्य नवीन असतं. त्या झाडाखाली मला सदैव प्रसन्न वाटतं. पानांमधून जमिनीवर पडलेल्या चांदण्यांच्या कवड्यांशी चंद्रफुलं गोळा करावयाचा खेळ आम्ही मुलं खेळत असू.

माझ्या माळकरीण आत्याचं घर पाच्छापेठेतील मारुतीच्या देवळामागं होतं. पण ती तिथं क्वचितच राही. ती राहायची अक्कलकोट रस्त्यावरील जोडबसवण्णा आणि हरणी कट्ट्याजवळ असलेल्या अण्णाजीच्या वस्तीत. शेतात बाभळीच्या चार मेढ्या रोवून केलेल्या खोपीत. ते शेत तिच्या मालकीचं नव्हतं. सिदू कोळ्यानं करून खायला दिलेलं. आत्याचं हे रानातलं घर मला फार आवडे. माझ्या आईवर आत्याची फार माया होती. कधी कधी ती आम्हाला शेतावर हुरडा खायला बोलावी. आईबरोबर खूप भाकरी बांधून घेई. सांडग्याचं कोरड्यास, पिठलं, चटणी, लोणचं असं कितीतरी. जाताना मलाही बरोबर नेई.

आजूबाजूला शेतंच शेतं. नंतर क्षितिजापर्यंत नुसतीच माळरानं. हरणाचे कळप तिथं चरत असलेले. त्या कळपात एक काळवीट. त्याची काळीभोर पाठ. उंच टोकदार होत गेलेली त्याची पिळदार शिंगं. चरताना त्याची नजर खोपीकडं. दूर टेकडीवजा हिरवेगार उंचवटे अन् त्यांच्या पायथ्याला असलेलं बाभूळवन. जवळच आरशासारख्या दिसणाऱ्या तळ्यात, बाभळींची प्रतिबिंबं पडलेली.

एरवीही शाळेला सुटी असली की मी आत्याच्या रानातल्या घरी जाई. दिवसभर पाखरांची पिसं गोळा करीत बाभूळवनात भटकायचं. पावसाळ्यात बाभळीची किरमिजी लव उठून दिसे. हळूहळू ती राई पिवळ्या जर्द फुलांनी बहरून जाई. गवताला फुलं येऊ लागत. अचानक एके दिवशी रान-चिमण्यांचा थवा गवताच्या पात्या-पात्यावरून उडताना दिसे. पहिल्यांदा वाटलं तो रानचिमण्यांचा थवा असावा. परंतु अगदी जवळून पाहिल्यावर त्यांच्या डोक्यावरच्या गर्द पिवळ्या रंगानं त्यांची ओळख होई. आत्याही म्हणे, "अरे बघ, देवचिमण्यांचा थवा आला!"

तळ्यात डोकावणाऱ्या बाभळीच्या बारीक फांदीवर ची-ईऽची-ईऽऽची-ई असा आनंददायी आवाज करीत पंख फडफफडवीत त्या सर्वजणी घरटी बांधू लागत. घरट्याला सुरुवात झाली की मी बारकाईनं पाह्यचा की, त्या फांदीला गवताच्या पात्यानं गाठ कशी मारतात? गवताचं पातं चोचीत नसताना देखील सुगरणी उगी उगी फांदी भोवती गाठ मारण्याचा खेळ खेळत. कित्येकांना प्रयत्न करूनही गवताच्या पात्याला गाठ मारता येत नसे. परिणामी त्यांना घर बांधता येत नसे. म्हणून बिचाऱ्यांना जोडीदारही मिळत नसे.

एकदा गाठ मारली की गवताच्या पानाच्या धाग्याधाग्यांनी त्या घरटी विणीत. सुरुवातीला मुठीएवढी गोलाकार. त्यात रुपयाएवढं छिद्र. पिवळ्या डोक्याच्या सुगरणी त्यात चिखलाचे गोळे मांडीत. त्यावर रंगीबेरंगी फुलांच्या पाकळ्या चिकटवीत. त्या वेळी मला कळलं की आत्या त्यांना देवचिमण्या का म्हणते!

नंतर एक दिवस मठ्ठ वाणाच्या सुगरणी येत. छिद्रातून आत प्रवेश करीत. खालून वरपर्यंत तपासून पाहात. गादीवर बसून त्या वाऱ्यावर झुलत. जिला ते घरटं पसंत पडलेलं असे तिच्याशी त्याचा अनुनय चाले. ती अंडी घालावयाला बसली की छिद्रावर झिरझिरीत पडदा पडे. ती दिसेनाशी होई. घरट्याचा मधला भाग फुगीर. नंतर हातभर विणलेलं नळकांडं. मला ते दूरून गारुड्याच्या पुंगीसारखं वाटे. नाहीतरी असं घरटं विणणं म्हणजे एक प्रकारचं गारुडच होतं.

मी तहानभूक हरपून सुगरणीच्या खोप्याकडे पाहात बसायचा. आत्या म्हणे, ''शिदोरी आणलीस नव्हं! दोन घास खाऊन घे. अरे, त्या पाखराची कारागिरीच तशी मनाला भुरळ पाडेल अशी.'' -आणि ती गोड गळ्यानं गाऊ लागे -

**पिलं निजले खोप्यात**
**जसा झुलता बंगला**
**तिचा पिलामधी जीव**
**जीव झाडाले टांगला.**

''आत्या, तू रचलंस गाणं!'' मी
''नाही रे.''
''मग कुणी?''
''संत बहिणाबाईनं.''
ती पुढं गाऊ लागे -

**सुगरीन सुगरीन**
**अशी माझी रे चतुर**
**तिले जन्माचा सांगाती**
**मिये गन्यागंप्या नर**

मला तिचा नाकर्ता नवरा-कोंडिबा याची आठवण झाली.

आत्या आपल्याच नादात गात होती -

**खोपा इवला इवला**
**जसा गिलक्याचा कोसा**
**पाखराची कारागिरी**
**जरा देख रे मानसा**

**तिची उलूशीच चोच**
**तेच दात तेच ओठ**
**तुले दिले रे देवानं**
**दोन हात दहा बोटं...**

आत्या आयुष्यभर काबाडकष्ट करीत होती. मला या कष्टकरी आत्याच्या हाताचा खरबरीत स्पर्श अजूनही आठवतो.

सुगरणीचे दिवस म्हणजे माझे अत्यंत आनंदाचे दिवस. बाभूळवन एक-दोन महिने सुगरण पक्ष्यांच्या चिट् चिट् आवाजानं गजबजलेलं असे. नंतर कधीतरी तिथं जाऊन पाहिलं तर सुगरण पक्ष्यांचा थवा निघून गेलेला दिसायचा. मला उदास वाटे.

पण हे उदासपण जास्त दिवस टिकून राहात नसे. बाभुळवनात पारवे घुमू लागत. झाडाखालून फिरताना मध्येच वर पाहिलं की चार-पाच उभ्या-आडव्या काटक्यांनी पारव्यांनी बांधलेल्या घरट्यातील गोट्याएवढी तीन-चार पांढुरकी अंडी दिसत. ज्वारीच्या शिवारातून तितिरांचा आवाज येई. मोठ्या लावा रानात दिसू लागायच्या. पिकावरील अळ्या खाण्यासाठी त्या शेतात फिरू लागत. लांडग्यांची एखादी जोडी त्या लावा पक्ष्यांचा मागोवा घेत बांधाबांधानं जाताना दिसायची. मग तांबड्या-लाल भोरड्यांचे थवेच्या थवे साऱ्या शिवारात इकडून तिकडे उडताना दिसत. हुरड्याचे दिवस येत. मग सुगीचे. सुगी संपली की पाखरं दिसेनाशी होत. उन्हाळ्याचं आगमन होई. सारं शिवार पुन्हा एकदा काळंभोर दिसू लागे. आत्या रोज कुदळीनं जमीन खणे.

देवळातल्या शाळेत जाताना वाटेत शंकर भटाचं शेत होतं. शेतात मोठी विहीर. विहिरीच्या चारी बाजूंनी चिंचेची गर्द राई होती. पण अनेक वर्षे पडित असल्यानं त्यात रान माजलं होतं. आठवडा-दोन आठवड्यांनी कुणीतरी त्यात जीव द्यायचा. पुढं त्या विहिरीला सारे जण भुताची विहीर म्हणत. त्या रानाला भुताची जागा म्हणत. जवळपासच्या परिसरात ज्या कुणाला भुतानं पछाडलं असेल त्याच्या अंगातील भूत उतरायला त्याच्या घरची सर्व माणसं इथं यायची. बकरं कापायची. उघड्यावर शिजवायचं. भात-भाकऱ्या करून सर्वांनी जेवायचं आणि सायंकाळी परतायचं. अंधार पडल्यावर तिथं सामसूम व्हायची.

आत्या कधीतरी आमच्या घरी आली की आईला सांगायची, ''बरं का गं, परवा पिठासारखं चांदणं पडलं होतं. चिंचेची दाट सावली पडली होती. घुबडं ओरडत होती. तर त्या भुताच्या विहिरीतून पांढरी साडी घातलेली एक बाई बाहेर पडली. अन् रानात फिरू लागली.''

हे सारं ऐकताना मी एकाएकी दचकायचा. आई लगेच माझा कान पिळून म्हणायची, ''भ्यालास, हात तुझ्या!'' मग आत्याकडे वळायची, विचारायची –

''खरं वहिनी?''

''होय, गं.!''

''मग पुढं काय झालं?''

''ती माझ्या मागं मागं येऊ लागली. मी पुढं झपाट्यानं चालले. पार माझ्या घराजवळच्या मारुतीच्या देवळापर्यंत आली. मी पुन्हा मागं वळून पाहतो तर ती गडप झाली.''

अंधार पडल्यावर आम्ही मुलं चुकूनही विहिरीकडे फिरायचो नाही.

पुढं मी दयानंद कॉलेजमध्ये जाऊ लागलो तेव्हा दादांनी या भुताच्या विहिरीजवळ असलेल्या शनिवार पेठेतील मठातलं घर मठाच्या स्वामीकडून विकत घेतलं. स्वामीला त्या वेळी मी पाहिलं होतं. उंच, शिडशिडीत, सावळा रंग, अंगात भगवी वस्त्रं, डोक्यावर पांढरे केस, गळ्यात रुद्राक्षांची माळ, कपाळावर भस्माचे पट्टे, पायात खडावा, घर विकल्यावर जाताना ते म्हणाले होते, ''मठातल्या या घराचं पावित्र्य राखा.''

मठांच्या घराला भलं मोठं कमानी दार होतं. तिथून आमच्या घरापर्यंत एखाद्या फर्लांगाचा पोच मार्ग, घरासमोर आणि मागं लिंबाची पुरातन झाडं. त्यांची सावली दिवसभर घरावर पडे. आमच्या घरामागं गवळ्याचं घर. रात्रन् दिवस तेथील गाई-म्हशींच्या गळ्यातील घंटांची किण किण कानावर येई. समोर विणकरांची घरं. तुराट्यांच्या भिंती आणि छपरं पत्र्यांची. तेवढ्या परिसरात चुना-विटांनी

बांधलेलं, फरसबंद आणि हवेशीर माळवद असलेलं आमचंच घर! या घरात मी एखादं वर्ष राहिलो असेन. शिक्षणाच्या निमित्तानं आणि पुढं नोकरीच्या कारणानं हे घर सोडलं ते कायमचंच.

पुढं माझ्या लहान बंधूनं हाथीबावडीजवळच्या रस्त्याच्या कडेला नवीन घर बांधलं. आई-वडील त्याच्याकडेच राहात; म्हणून कधी सोलापूरला गेलो तर त्याच्याच घरी उतरे. पुढं शासनाच्या घरकुल योजनेत त्या रानावर झोपडपट्टीचं आक्रमण झालं. मी घराच्या गच्चीतून तिकडे पाहतो तर माणसांच्या घरांची जंगलं तिथं उभी! हरणीकट्ट्याचा परिसरही आता माणसांच्या वस्तीनं गजबजला आहे, तो पार अण्णाजींच्या वस्तीपर्यंत. मुख्य वस्ती तेलंगणातील विणकरांची आहे. आत्याचं रानातलं घर आता तिथं नाही.

तिथल्या कष्टकरी शेतकऱ्यांची शेतं आता नवीन श्रीमंतांनी विकत घेऊन तिथं द्राक्षं नि उसाचे मळे उभारले आहेत. तिथं बांधलेल्या बंगल्यात शहरांतून सुटी घालवायला ही मंडळी मुलाबाळांसह येतात. ती मुलं अंगाला माती लागू देत नाहीत. तर कुठं एकांत म्हणून नुसतीच मौजमजा आणि खाणं-पिणं चाललेलं असतं. फक्त जमिनीचे मालक बदलले आहेत. जमीन कसणारी माणसं मात्र पूर्वीचेच शेतकरी आहेत.

एके काळी रानवट असलेला हा प्रदेश माझ्या डोळ्यापुढं उभा ठाकतो. आता तर क्वचितच सोलापूरला जाणं होतं. उन्हाळ्यात एकदा घराच्या गच्चीवर झोपलो होतो. बालपणी पाहिलेल्या त्या हरणांचा कळप स्वप्नात आला. जिकडे तिकडे सोनेरी प्रकाश पडलेला. मृगांचा कळप चौखूर उधळत क्षितिजाकडे धावत होता. त्यातलं एक सुंदर काळवीट थांबलं. मागे मान वळवून ते सांगत होतं-''आता आम्ही किती धावायचं. आमच्या रक्षणाकरिता काही कर.'' अन् मला जाग आली.

अशा रानातल्या घरातून जेव्हा मी जंगलातल्या घरात राहू लागलो तेव्हा मला पुन्हा एकदा माझ्या घरी आल्यासारखं वाटलं. म्हणूनच शहरं आणि तिथली घरं मला आवडत नाहीत.

आत्या मला म्हणायची, ''अरे घरावर एवढी माया करू नये. कबीरानं एका ठिकाणी म्हटलं आहे -

**ना घर मेरा**
**ना घर तेरा**
**दुनिया रैन बसेरा...**

# ७. कुक्ऽकू-कुक्ऽऽकू

संक्रांत गेली–शिवरात्रही संपली. अन् इथल्या जंगलातला आल्हाददायक हिवाळा संपल्याची चाहूल लागली. घोगऱ्याच्या जंगलात रायवळ आंब्याला भरगच्च मोहोर धरला. सुंदर पानांची चार फुलली. विशाल सावर निष्पर्ण झाला अन् साऱ्या वृक्षभर कळ्या दिसू लागल्या. पळस फुलांनी बहरला. पांगाऱ्याला कळ्यांची चाहूल लागली, तसं त्यांचं सारं अंग अंग रोमांचित झालं. मोहाची फुलं कुचीत येत होती. ही फुलांची सृष्टी सहज दिसावी म्हणून की काय, इतर वृक्षांनी देखील आपली पानं गाळायला सुरुवात केली.

या झाडांवर पहाटेपासूनच पक्षी जमू लागतात. कोणी झाडांच्या फुललेल्या फुलांतील मध आपल्या चोचीनं अत्यंत हळुवारपणे अलगद पितात आणि तो प्यायला मिळाल्याचा आनंद सुस्वर गाण्यानं व्यक्त करीत उडून जातात. फुलांतील मध ही काही कुणाची मिरासदारी नाही. सर्वांनीच तो स्वैरपणे प्यावा. पाखरांच्या विविध रंगांनी आणि स्वरांनी त्या वृक्षांना एक आगळं वेगळं सौंदर्य प्राप्त झालेलं असतं; परंतु रंगाचा बेरंग व्हावा तसे कावळे त्या झाडांवर कुठूनतरी अवतीर्ण होतात. सर्वांना हुसकावून देतात आणि धसमुसळेपणा करीत मधाचा आस्वाद घेतात, अन् तिथंच शेंड्यांवर आपली घरटी बांधतात.

जंगलात पळसाला फुलांचा बहर आला, की रानाला जणू वणवा लागला आहे असं वाटू लागतं. पळसाची फुलं लाल नारिंगी. ती पोपटाच्या चोचीसारखी. या सुंदर फुलांना वास नसतो. मात्र त्यांत मध भरपूर. या मधाच्या लोभापायी शेकडो, लक्षावधी पळस मैना स्थलांतर करून इथं आलेल्या असतात. त्यांच्या किलबिलाटानं सारं जंगल व्यापून जातं. मोहा फुलला, की जिकडं तिकडं मोयान मोयान होतं. प्रत्येक फांदीच्या शेंड्याला फुलांचे झुपके लागतात. सायी रंगाची, हिरव्या, नाजूक सुंदर हरोळी पक्ष्यांच्या थव्यानं सारं झाडंच गोड, मधुर गुंजन करू लागतं.

पाखरं मधाचा आस्वाद घेतात. मधमाशा मात्र फुलांतील मध गोळा करण्यात दिवसभर उद्योगी असतात. धावडा, सालई व करू वृक्षांच्या पोखरीत सातपुडी नावाचा अत्यंत स्वादिष्ट मध होतो. झाडाच्या पोखरीला एखाद-दुसरं बारीक छिद्र असतं. त्यातून लहान आकाराच्या मधमाशा जाता-येताना दिसतात. कित्येकदा या मधमाशा वारुळात मध साठवितात, पिवळ्या-पांढऱ्या रंगाचा हा गोड मध उत्कृष्ट समजला जातो.

आक्ट्याच्या मोतीराम गोंडाला या मधाविषयी खूप माहिती होती. मोतीराम खांद्यावर टंगुली टाकून मधाचा शोध घेण्यासाठी जंगलाची वाट धरायचा. पाणझरीवर मधमाशांची गुणगुण चाललेली असायची. मोतीराम त्यांचा पाठलाग करीत त्या झाडापर्यंत पळत जाई. सूर्य मावळला, की मोहोळातल्या साऱ्या माशा काही वेळ बाहेर पडून सभोवताली विलक्षण गुणगुणाट करतात. त्या आवाजावरूनही एखाद्या झाडावर मधाचं मोहोळ असल्याची ओळख पटते. यासाठी कान व डोळे तीक्ष्ण असावे लागतात. तसे मोतीरामचे आहेत.

मोतीराम अंगानं ठुसका, रंगानं निमगोरा. धष्टपुष्ट, अंगात खमीस. ती अनेक ठिकाणी फाटल्यामुळं गाठी मारलेल्या. विटक्या रंगाची खाकी हॉफ पँट, अनवाणी.

आता मोतीरामनं पन्नाशी गाठली आहे. मी त्याला गेली अनेक वर्ष ओळखतो. एके काळी तो माधवराव पाटलांबरोबर आक्टा, चिलीम टोला व घोगऱ्याच्या जंगलांत शिकारीसाठी वाटाड्या म्हणून फिरलेला. त्या वेळी इटिया डोह हे मोठं तळं झालं नव्हतं. संथ वाहणाऱ्या गारवी नदीकाठची जंगलं अद्भुत व गूढरम्य वातारवणानं भारलेली. तिच्या पात्रात रानम्हशींचे कळप विसावा घेत. मोतीराम त्या काळात नदीकाठच्या आक्ट्यात राहात होता. आक्टा गावातील चिंचेच्या झाडावर पांढरे कंकर व मोरकुंच हे पक्षी शेकडो घरटी करीत.

इटिया डोह हा जलप्रकल्प झाला, तसं शेकडो चौरस किलोमीटर वनाचं क्षेत्र पाण्याखाली गेलं. नदीकाठची आक्टा, चिलीम टोला व भंडारी ही गावंही उठली. त्या गावच्या सुपीक जमिनी पाण्यात बुडाल्या. तिथल्या रहिवाशांचं पुनर्वसन गोठणगाव नजीकच्या बुटाईत झालं. पण मोतीराम गोंडाचं मन त्या गावात कधीच रमलं नाही. ओळीनं जवळजवळ बांधलेली चौकोनी ठोकळ्यांसारखी घरं त्याला कधी आवडली नाहीत. त्या घरांना ना ऐसपैस अंगण, ना गुरांच्या गोठ्यासाठी जागा. सारीच अडचण. नदीकाठच्या आक्ट्यात पाखराच्या गोद्यावाणी वसलेलं त्याचं घर त्याला आठवायचं. त्यातच बुटाईला त्याची दोन-तीन खंडी ढोरं हळूहळू रोगाची लागण होऊन मेली. तिथल्या दहा-बारा वर्षांच्या वास्तव्यात त्याचं गोकुळ वाढलं नाही. गाईच्या दुधाला तो महाग झाला.

आक्टा व चिलीम टोला या उजाड गावानजीकचे इटिया डोहाचे सर पार घनदाट जंगलात शिरले आहेत. पाणी उथळ आहे. उजाड गावठाणातल्या चिंचेच्या झाडावर कंकर आणि मोरकुंच पक्ष्यांची घरटी होत असल्याची माहिती मिळाल्यावरून मी तिथं भर पावसात चार-पाच वर्षांपूर्वी गोठणगावापासून वीस किलोमीटर अंतर पायी चालत गेलो.

मी अगदी थकून गेलो होतो. समोर समुद्रासारखं तळं पसरलेलं. चढण चढल्यावर एकुलतं एक घर दिसू लागलं. वनपालानं मला त्या घराच्या रोखानं नेलं. आमचा आवाज ऐकून एक मनुष्य घरातून बाहेर आला. वनपालानं त्याला बाजूला नेऊन सारं काही सांगितल्यावर त्यानं दुसऱ्या क्षणीच घाईघाईनं पुढं येऊन अत्यंत आदरपूर्वक वाकून नमस्कार केला. मी त्याला विचारलं,

"तुझं नाव काय?"

"माहुजी पुजारी."

पण हा माणूस अशा निर्जन तळ्याकाठी आणि घनदाट जंगलाशेजारी एकटा कशासाठी राहातो, ते काही माझ्या लक्षात येईना!

मी विचारलं,

"माहुजी, तू एकटा इथं काय करतोस? तुझी बायको-मुलं कुठं आहेत?"

"हुजूर, मी गुरं चारतो, जी. माझं घर बुटाईला आहे. मला चार बायका अन् खंडीभर मुलं. फक्त आता दोनच बायका हयात आहेत. त्यापैकी एक बुटाईतील शेती पाहाते. इथं दुसरी बायको अन् एक मुलगा व दोन लहान मुली राहतात. मुलगा जंगलात गुरं घेऊन गेला. म्हातारी अन् पोरी कंदमुळं गोळा करायला गेल्यात. इथल्या गाळपेर जमिनीत थोडाफार गहू-हरभरा होतो. मात्र रात्रन् दिवस त्याची देखभाल करावी लागते."

ऐंशी वर्षांच्या माहुजीवर म्हातारपणाची कळा अजूनही दिसत नव्हती. त्याच्या डोक्यावरचे केस काळेभोर होते. उंच, सडपातळ, सावळा, गूढ डोळे, सरळ नाक, तोंडावर किंचित देवीचे पुसट व्रण, कानात भिकबाळी, अंगात खमीस, धोतर दात सागुती खाण्याइतके मजबूत.

गोंड लोक माहुजी पुजाऱ्याला फार मानतात. अमावास्या-पुनवेला त्याच्या अंगात देवीचा संचार होतो. जडीबुटी औषधांचीही त्याला खूप माहिती आहे. अंगणातल्या एका भरभक्कम पलंगावर बसून त्याच्याशी बऱ्याच गप्पा मारल्या. आक्टा गाव इथून एखाद्या किलोमीटरवर असावं. माहुजी बरोबर कंकर पक्ष्याची घरटी पाहायला आम्ही आक्टा गावठाणात गेलो.

चिंचेची झाडं उदासपणे उभी होती. उजाड गावात बोरीचं बन वाढलं होतं. कुठं उंच एरंड दिसत होता; मात्र पक्ष्यांची घरटी कुठं दिसत नव्हती. मी विचारलं,

''माहुजी, आता कंकराचे गोदे या चिंचेवर होत नाहीत काय?''

''नाही, जी.''

''आता ते पक्षी कुठं गेले?''

''मालूम नाही, जी. कंकर पक्षी आबादी असलेल्या चिंचेच्या किंवा पिंपळाच्या झाडांवर गोदे करतात.''

''म्हणजे त्यांना माणसाची सोबत लागते.''

''हो, जी.''

''का?''

''अशा उजाड गावात रात्री मोठी घुबडं कहर करतात. गोद्यात बसलेल्या कंकराची वरच्यावर डोकी उडवतात. माणसाच्या वस्तीत ही मोठी घुबडं येत नाहीत.''

पुढं माहुजीशी चांगली ओळख झाली. तो अधूनमधून पवनीच्या माधवराव पाटलांकडं जाई, तेव्हा पाटील माझ्याविषयी, माझ्या पक्षिसंशोधनाविषयी माहुजीला मोठ्या आदरानं सांगत. त्यामुळं त्याचा मजविषयीचा आदर द्विगुणित झाला.

पाणलोटावरलं जरूरीपेक्षा जास्त जंगल तोडलेलं. अलीकडे काही वर्षांत इथला पाऊसही कमी झालेला. बारमासी वाहणारे नितळ पाण्याचे ओढे सुकलेले. डोहातलं पाणी नासलं. मधमाशांच्या गुंजीनं निनादणाऱ्या पाणझरी आटल्या. तळ्यातही पाणी भरपूर साठेनासं झालं. तिथल्या गूढ झिलानी आटल्या. चिलीम टोला व आक्ट्याच्या बुडीत सुपीक जमिनी पुन्हा उघड्या पडल्या. इथले काही मूळ रहिवासी परत बुटाईवरून इथं येऊन स्थायिक होऊ लागले. गाळपेराच्या जमिनी नांगरून त्यात गहू-हरभरा पेरू लागले. प्रत्येक पावसाबरोबर या जमिनीतील सुपीक माती तळ्यात जाऊ लागली. माहुजी चिलीम टोल्यात पुन्हा कायमचा सहकुटुंब स्थायिक झाला. त्याला पाहून आणखी पाच-सहा घरं आली. हळूहळू चिलीम टोला गाव पुन्हा वसलं. आक्टा चिलीम टोल्यापासून एखादा किलोमीटर. एके दिवशी मोतीरामनं तिथं पुन्हा घर उभं केलं. बरोबर आणलेल्या गाईबैलांच्या जोडीपासून आता तिथं गोकुळ वाढत होतं. बुटाईचं घर त्यांनं कायमचं सोडलं. पूर्वी जसा मुक्तपणे जंगलात भटकायचा, तसा तो आता भटकू लागला. तेव्हा त्याची तब्येतही सुधारली.

पानगळ चालू होती. त्यामुळं झाडांच्या फांद्या-खोडं उंचापर्यंत दिसत. एका धावड्याच्या खोडातून अंदाजे वीस फूट उंचीवरून मोतीरामला सातपुड्यातील

मधमाशा बाहेर येताना दिसल्या. तसा तो झाडावर चढला. झाडाच्या खोडाला कान लावले, तर मधमाशांची गुणगुण आतून ऐकू येत होती.

अंदाजानं त्यानं टंगुलीनं या झाडाचं खोड तोडलं. तसं ते धाडकन् कडकडत खाली पडलं. मधासाठी एवढं मोठं झाडं तोडल्याबद्दल त्याला काहीच वाटलं नाही. तो खाली उतरला. तसं खोडाच्या फांदीच्या दुबेळक्यातून पखमांजर कातडीचे पंख पसरून उडालं. ते सागाच्या बुंध्याजवळ जाऊन आदळलं. तिथून ते एखाद्या वानरासारखं झरझर झाडावर चढलं अन् तीस-चाळीस फूट उंचीवरच्या फांदीच्या दुबेळक्यात स्वस्थ बसलं. तिथून ते पुन्हा कातडीचे पंख पसरून हवाई छत्रीप्रमाणं खाली आलं. शंभर-दीडशे हातांवरच्या बुंध्याजवळ उतरलं अन् झरझर झाडावर चढून पोखरीत बसलं. तेव्हा त्यानं पखमांजराचा नाद सोडून दिला.

मोतीराम परत झाडाजवळ आला. ज्या पोखरीतून ते उडालं, त्या धावड्याच्या फांदीजवळ तो गेला. पोखरीत तो डोकावला, ती हातभर खोल होती. तिथल्या काळोखात लाल काळ्या मण्यांसारखे दोन डोळे चमकत होते. एखाद्या सापानं फुत्कार टाकावा, तसा त्यातून आवाज येत होता. त्याच्या सराईत कानांनी व डोळ्यांनी ओळखलं, की ते पखमांजराचं पिलू आहे. मोतीरामनं आपला काळसर्पासारखा हात पोखरीत घातला. दुधाच्या कोवळ्या दातानं त्यानं त्याच्या जरठ बोटाचा चावा घेतला. पंज्यांनी मनगट ओरबाडलं. तेव्हा त्याला कुठं चिमटल्यासारखं वाटलं. त्या पिलाचं मानगूट धरून बाहेर काढलं. शेपटी धरली, तेव्हा पंज्याची नखं उगारून आधारासाठी ते धडपडू लागलं. दोन-तीन महिन्यांचं ते पिलू नुकतंच हिंडू-फिरू लागलं असावं. दुसऱ्या हातानं कांचनाच्या खोडावर टंगुली मारून त्यानं सालीचा एक दोर ओढला. दोरी गळ्यात बांधली. एका हातात सातपुडी मधाची पोळी व दुसऱ्या हातात पकडल्यामुळे घाबरलेल्या पिलाला बांधलेली दोरी धरून तो माझ्याकडे येऊन म्हणाला,

‘‘साब, बघा, जी. मी कोणतं जनावर आणलंय!’’

मी प्राण्याकडे पाहात होतो.

खारीपेक्षा मोठं. धूमसर वाणाचं. रुंद चेहरा. अस्वलीसारखं नाक. चेहऱ्यावर उंदरासारख्या मिशा. शेपटी भुरकट. उंदरासारखे कान. कातड्यांच्या पंखाला काळी किनार.

कसलं जनावर हे? यापूर्वी फक्त चित्रातच पाहिल्याचं आठवत होतं.

त्यानं सांगितलं,

‘‘पखमांजर म्हणतात. त्याचा हा बच्चा हो.’’

‘‘अरे, त्याला दोरीचा फास लागेल. जा धावत घरी. बासाची धुटी घेऊन ये बघू.’’

त्यानं गावातून धुटी आणली. त्याच्या गळ्यातला दोर सोडला. अन् त्याला अलगद आत सोडलं. अन् मोतीरामबरोबर ज्या झाडाच्या पोखरीतून ते काढलं, ते झाड व पखमांजराच्या घरट्याचं निरीक्षण करावं म्हणून त्या झाडाजवळ गेलो.

माधवराव पाटील आणि मी मध्यरात्री नंतर चांदण्यात पखमांजराच्या आवाजाच्या दिशेनं त्याची पोखर शोधीत जंगलभर भटकत असू; पण तो आवाज इतका फसवा, की रानभूल व्हावी. तसा तो आवाज अमुक झाडाच्या पोखरीतून येतो, हे कधीच शोधता आलं नाही. सकाळी अंदाजानं एखाद्या झाडावर दामा गोंडाला चढवून शोधाशोध करावी, तर कुठंही पोखर दिसायची नाही, आणि आज ते असं अनपेक्षितपणे प्रत्यक्ष पाहायला मिळालं.

प्रेटअन् ‘इंडियन ॲनिमल’ या ग्रंथात लिहिलंय, की पखमांजराचं घरटं कुणाला दिसणं म्हणजे दुर्मीळ योग आहे. पखमांजर दिवसा तर कधी दिसायचं नाही. ते रात्री भटकणारं जनावर. रात्री देखील अंधारात कधी त्याचा मागमूस लागायचा नाही. फक्त त्याचा आवाज येतो. ते सतत एकमेकाला साद घालीत असतात.

मध्यरात्री किंवा चांदण्यात पहाटेला सारं उजळलेलं गूढ रम्य जंगल दिसतं अन् पखमांजराचा आवाज येतो.

कुक्ऽकू–कुक्ऽऽकू–कुक्ऽऽऽकू...

ही उडणारी खार. पण तिला स्थानिक लोक मात्र पखमांजर म्हणतात.

मी विचारलं,

‘‘मोतीराम, तिला पखमांजर का म्हणतात? ती खारोडीच्या कुळातील आहे ना?’’

‘‘साब, तिला अंधारात मांजरासारखं दिसतं. अन् तिचं तोंडही बघा. अगदी मांजरासारखं, तिला कातड्याचे पंख आहेत, म्हणून आम्ही तिला पखमांजर म्हणतो.’’

‘‘पखमांजराला केव्हा व किती पिलं होतात?’’

‘‘साब, तिला एकच बच्चा, दवात होतो. साऱ्या जंगलात दवाचे थेंब टप टप पडत असतात. अन् तो आवाज ऐकत हे पिलू जन्माला येतं. जन्मतःच ते इतर प्राण्यांसारखं आंधळं नसतं. डोळे उघडेच असतात. मी यापूर्वी तीन–चार गोदे पाहिले. ते धावडा व मोहाच्या पोखरीतच होते.’’

‘‘साब, त्यांचा गोदा मात्र शंकर हाडाच्या मुळ्यांपासून केलेला असतो.’’

‘‘काय कारण असावं?’’

''शंकर हाडाच्या मुळ्यात औषधी गुण आहेत. त्या बहुतेक आंबा व मोहाच्या झाडावर येतात.''

''कोणता औषधी गुणधर्म आहे त्या मुळ्यांत?''

''नागरमोथ्याच्या मुळ्या जशा तब्येतीला शीत, तशा शंकर हाडाच्या मुळ्या उष्ण. त्यात कबुतराच्या शिटेची ऊब असते. दवात पखमांजराचे बच्चे होत असल्यानं आईच्या कुशीतील उबे बरोबर या मुळ्या देखील ऊब देत असाव्यात. त्यामुळं चामउवादेखील होत नाहीत.''

मी विचारलं,

''पखमांजर खातं काय?''.

''फळं, मुळं, पानं, फुलं, किडे, मकोडे, अळ्या अन् किती तरी.''

मी मनात विचार करीत होतो.

शंकर हाड ही वनस्पती घनदाट अरण्यातील वृक्षांवर येते. ही जंगलं आर्द्र पानगळीची किंवा चिरपल्लवी म्हणून ओळखली जातात. अशीच समृद्ध जंगलं पखमांजराचं निवासस्थान. अशा जंगलाची पोत मानवाच्या हस्तक्षेपानं दिवसेंदिवस कमी कमी होतेय. काही वर्षांनी शंकर हाड या वृक्षावर उगवणार नाही. पखमांजरांना घरट्यासाठी साधन उपलब्ध होणार नाही. त्यांची वीण कदाचित थांबेल. ते अनुकूल जंगलाचा शोध घेत घेत रात्री स्थलांतर करीत निकृष्ट जंगलाचा त्याग करीत असावीत, की त्या जंगलाबरोबर नष्ट होत असावीत?

सुंदर घनदाट, हिरव्या जंगलातून गूढ रात्री दुरून येणाऱ्या पखमांजराच्या कोकण्याइतका करुणरम्य आवाज अरण्यात दुसरा नाही. तो तुम्ही स्वतः ऐकल्याशिवाय त्यातली खुमारी तुम्हाला कळू शकणार नाही.

खिशात पेनसारख्या असलेल्या छोट्या विजेरीचा प्रकाश त्या पोखरीत मी टाकला. सारं घरटं शंकर हाडाच्या मुळ्यांपासून बनविलं होतं, मी ते पखमांजराचं पिलू परत त्या घरट्यात सोडून दिलं. ते पुन्हा त्यात स्थानापन्न झालं. मांड्यांवर ते बसलं होतं. शेपटी एखाद्या छत्रचामरासारखी डोक्यावर आलेली. मावळत्या सूर्याच्या किरणांनी त्या पोखरीत प्रवेश केल्यामुळं त्याचे डोळे अभूतपूर्व तेजानं चमकत होते.

मोतीरामनं त्याला काडीनं डिवचलं, तेव्हा तीक्ष्ण नखं असलेल्या पायाचा पंजा पसरून त्यानं काडी पकडली. पुढच्या दातानं चावा घेण्याचा प्रयत्न केला.

मोतीरामच्या मधाच्या वेडामुळं आज पखमांजराचं दुर्मीळ घरटं पाहता आलं. गेली पाच-सहा वर्षं मी त्या घरट्याच्या शोधात होतो. ते आज अवचित मोतीरामला सापडलं.

आम्ही परतत होतो. हळूहळू अंधारू लागलं.

चंद्र माथ्यावर प्रकाशत होता. पानगळ झालेल्या वृक्षांच्या विरळ सावल्यांची नक्षी रस्त्यावर पडली. आम्ही छावणीकडं परतत होतो. गावाजवळ आलो. घराघरांतून धुरांची भेंडोळी बाहेर पडत होती. माहुजी पुजाऱ्याच्या घरातल्या ओसरीत एक मंद दिवा दुरून तेवताना दिसत होता. समोर तळ्यातल्या पाण्याचा लख्ख प्रकाश. मी राहुटीला आलो. पितळेच्या दिव्याच्या प्रकाशात पखमांजराविषयी आज केलेलं निरीक्षण नोंद-वहीत टिपलं. पायवाटेनं मोतीराम आक्टा गावाकडं आपल्या घरी जाताना दिसत होता.

मध्यरात्र झालेली, जिकडं तिकडं शांत, निरामय होतं. समोर इटिया डोहाच्या सरण्याचा प्रकाश दिसत होता. त्यापलीकडचं घनदाट जंगल अष्टमीच्या चंद्रप्रकाशात न्हाऊन गेलं होतं. अन् आवाज कानी पडला.

कुक्ऽकू-कुक्ऽऽकू-कुक्ऽऽऽकू...

पखमांजरं एकमेकांना साद घालीत होती.

# ८. इटिया डोहातील हुदाळे!

पाणकुत्र्याला ओंटर असं म्हणतात. ओंटर या शब्दाची उत्पत्ती संस्कृतमधील 'उद्र' या शब्दापासून झाल्याचं सांगतात. अमरकोषाचा टीकाकार माहेश्वर 'उद्र हूद इति प्रसिद्धः' असे भाष्य करतो. अभिधान चिंतामणी कोशात 'उद्र' म्हणजे 'जलमार्जार' असं अमरकोशकाराचं अनुकरण करून त्यास पानीय नकुल व वसी असे पर्याय दिले आहेत. हुदाळ्या व पाणकुत्रा या नावानं भंडारा जिल्ह्यात तो प्रसिद्ध आहे. हिंदीमध्ये त्याला उद, उदनी, उदबिलावा व पानीकुत्ता म्हणतात तर मराठीत पाणमांजर, जलमांजर म्हणून संबोधलं जातं.

हुदाळ्या हा मुंगसाप्रमाणं दिसणारा चपळ-पातळ अंगाचा जलार प्राणी आहे. तो दिसायला ना कुत्र्यासारखा ना मांजरासारखा असतो. हेमचंद्रानं मात्र त्याला पानीय नकुल (पाण मुंगूस) असं मोठं सार्थ नाव दिलं आहे.

तो द्रुतगतीनं पाण्यात पोहतो. विलक्षण चपळाईनं बुडी घेतो. शकुल माशाच्या लवचिकतेनं पाणी कापत कापत माशांचा वेध घेतो. जमिनीवरून चालताना मात्र त्याच्या पाठीवर कुबड दिसतं. पाण्यात असो वा पाण्याबाहेर, त्याच्याइतका आनंददायी प्राणी नाही. जाळीदार पंजे, नावेच्या आकाराचं अंग व सुकाणूप्रमाणं शेपटी अशी त्याची शरीराची ठेवण त्याच्या पाण्यातील जीवनाला अनुकूल आहे.

बुजरा, परंतु विलक्षण चकवा देणाऱ्या या लाजाळू प्राण्याला रात्रीच आहार-विहार करणं आवडतं. तो कोणाच्या वाटेला जाणार नाही, परंतु त्याला कोणी आव्हान दिलं तर त्याच्यासारखा युद्धपटू नाही. तो खूप भटकतो. अगदी नदीच्या उगमापासून ते मुखापर्यंत. नदीतून महानदीवर, बोडी, तळी, सरोवरातून विस्तीर्ण जलाशयात असा जलप्रवास करताना वाटेत तो हुडकी, लहान बेटं, पाण्याकाठची निवाऱ्याची जंगलं, सराणी, त्याच्या पूर्वजांनी आखून दिलेल्या, मळिवलेल्या

पारंपरिक सगरींवरून जिथं त्याच्या आजा-पणज्यांनी विसावा घेतला आहे तिथं थांबत असतो. युगानुयुगं असंच चाललं आहे.

अनेक वर्षांच्या अभ्यासानंतर माझं मत असं झालं आहे की, हुदाळ्यांचं निरीक्षण करणं मोठं कठीण आहे. मात्र मासे मारणारे कोळी वा ढीवरांना त्यांच्याविषयी इतरांपेक्षा खूप माहिती असते.

या बहुमानाला पोहोचलेल्या ढीवरांना समजून घेणं अवघड नाही. जिथं हुदाळे विहार करतात तिथंच ढीवर मच्छीमारी करीत असतो. मच्छीमारीला मोठी ध्यानमग्नता लागते. ढीवर तासन तास पाण्यात एखाद्या खोडासारखा उभा असतो. जलाशयात बुडून वठलेल्या ओंडक्याप्रमाणं तो तिथल्या स्वाभाविक रचनेचा भाग वाटू लागतो. सर्वांना चकवा देणारा हुदाळ्या त्याला मात्र दिसतो. गंधर्वनगरीतील स्वराप्रमाणं वाटणारे विलक्षण मोहमयी अशा त्यांच्या शिशुलीचे सूर तो ऐकू शकतो. सकाळी पडकवण्यातील गळाला लागलेल्या माशांची मुंडकी तेवढी राहिली आहेत. सारी धडं मात्र हुदाळ्यांनी खाल्ली आहेत हे तो उदासवृत्तीनं पाहतो.

मला असं सांगावयाचं नाही की हुदाळ्यांना पाहण्यासाठी मच्छीमारीच करायला हवी.

मच्छीमारी करीत नसाल तर कदाचित हुदाळ्यांना पाहायच्या इच्छेनं ती करायला सुरुवात कराल याची शक्यता नाकारता येणार नाही. त्यामुळं इतरांपेक्षा हुदाळ्यांचं तुम्ही निरीक्षण सहज करू शकाल. परंतु मासेमारी न करताही तुम्ही इतरेजनांपेक्षा हुदाळ्यांना जास्त पाहू शकाल.

मी स्वतः मासे मारीत नाही; परंतु माझ्या मनाच्या निश्चयानं मी तर रोज जलाशयातील हुदाळ्याला पाहतो. त्याची मोहमयी शीळ एकतानतेनं ऐकतो. मला त्याकरता मच्छीमारीचे सोपस्कार करावे लागत नाहीत.

मात्र याकरिता मच्छीमारीसाठी लागणारी अवधानता, चिकाटी तुमच्यात असणं आवश्यक असते. लाकडाच्या एखाद्या ओंडक्याप्रमाणं स्तब्ध राहणं, काही हालाचाल न करणं, परंतु हे सारं करताना शरीर अवघडू न देणं आणि कानाडोळ्यांत जीव आणून प्रतीक्षा करणं, ती फक्त हुदाळ्याची. या गोष्टी साधल्या पाहिजेत.

अशी ध्यानमग्नता साधली तरी तुम्ही हुदाळ्यांना पाहू शकालच असं नाही; परंतु एखादा हुदाळा तुमच्याकडे कुतूहलानं पाहील तर मात्र तेवढंच त्याचं दर्शन होईल.

इटिया डोहाच्या पोखरडोंगरी व माहुलीच्या हुडकीवरल्या जंगलातील दगडगोट्यांतून हुदाळ्याच्या विखुरलेल्या पोखरी पाहिल्याचं पवनीच्या माधवराव पाटलांनी सांगितलं तेव्हा मला खूप आनंद झाला. वर्षभर मला या पोखरीची

माहिती शोधून काढण्याकरिता ढीवराच्या वृत्तीनं हिंडावं फिरावं लागलं. पालांदूर तळ्याच्या पाळीवर अंधुक प्रकाशात रात्री भटकावं लागलं. पालांदूर ते चिलीम टोल्यापर्यंत चांदण्या रात्री इटिया डोहाच्या सरणीतील हुदाळ्यांच्या पाऊलखुणांचा मागोवा घेत तिथल्या ढीवरांबरोबर कडक थंडीत अनेक रात्री जागाव्या लागल्या. नवेगावबांध जलाशयाच्या सात बहिणींच्या पारीवर बसून सारी रात्र हुदाळ्यांची प्रतीक्षा करण्यात घालवली.

हुदाळे जमिनीतील अति जुन्या पारंपरिक पोखरीत विसावा घेतात. त्यातील कप्पीत संक्रांतीनंतर त्यांची वीण होते. त्या पोखरी-कप्पी विणीच्या काळात आश्रयासाठी उपयोगात आणल्या जातात. वर्षभर त्या एकाच कुटुंबातील हुदाळ्यांसाठी नसतात. साऱ्या हुदाळ्यांच्या जलप्रवासाच्या वाटेवरचं ते पिढीजात आश्रयस्थान असतं.

एकदा तुम्हाला पोखरीची माहिती होऊन जवळच हुदाळे राहात असल्याचं कळलं की ते तुम्हाला भविष्यात केव्हा ना केव्हा दिसणार हे निश्चित.

भंडारा जिल्ह्यातील ढीवर हुदाळ्यांची पिलं वर्षातील कुठल्याही महिन्यात दिसत असतात असं म्हणत असले तरी जाणते ढीवर मात्र माघ व फाल्गुन महिन्यातच त्यांची वीण होते असं सांगत असतात.

इटिया डोहाच्या काठावर तिडके नावाचं छोटं अद्‌भुत गाव जंगलात वसलं आहे. त्या गावात भीवा ढीवर राहतो. अगदी लहानपणापासूनच त्यानं हुदाळ्यांना जवळून पाहिलं आहे. पडकवणीतील गळाला अचानक लागलेल्या एखाद्या हुदाळ्याची पारध त्यानं केली आहे. तो म्हणतो, ‘‘साधारणपणे शक्तिमान हुदाळ्या गळाला लागत नाही. तो माशांच्या शेपटीकडून त्याला खायला सुरुवात करतो. गळाला अडकलेल्या माशांच्या मुंडक्यांना मात्र तो तोंड लावत नाही. चुकूनमाकून हुदाळ्या गळाला लागला तर गळाचे नायलॉन दोर तोडून गळासह सुटून जातो.’’ परंतु भिवाचे गळ मात्र बलवान व पुष्ट बैलाच्या नाकातील मजबूत वेसणीप्रमाणं हुदाळ्याला लागले होते. तेव्हा हुदाळ्या त्याच्यापुढं हतबल झाला होता.

हिवाळ्यातील थंडीत इटिया डोहात लावलेल्या पडकवणीकडे रात्री एकाग्रतेनं पाहात असताना गळाला लागलेल्या माशांच्या पाठी चांदीसारख्या तळपत, एखाद्या अवखळ हुदाळ्याला त्या पडकवणीचा सुगावा लागताच इतरांना शिशुली मारून खुणावून बोलविताना मी ऐकलं आहे. चिलीम टोल्याच्या ढीवरांबरोबर आगटीपुढं शेकत बसून चार-पाच हुदाळ्यांना ती पडकवण पहाटेपर्यंत फस्त करताना प्रत्यक्ष पाहिलं आहे. चिलीम टोल्याचा ढीवर सांगत होता.

''मी रोज इथं पडकवण लावतो. मला रोज हुदाळे इथं दिसतात. वाघ पाहण्यासाठी गारा करावा त्यातला हा प्रकार वाटला.''

पन्नाशी ओलांडलेल्या भिवा ढीवराला हुदाळ्यांविषयी खूप माहिती होती. साहजिकच आहे. तो अहोरात्र त्यांच्याबरोबर जगला होता. तो एकदा तन्मयतेनं सांगत होता,

''इटिया डोहाच्या सरणात अजूनही उभी असलेली झाडं कुजून वठून पाण्याच्या पृष्ठभागावर तरंगत असतात. एकदा अशा ओंडक्यावर हुदाळ्या विसावा घेत असता बेसावधपणानं त्याला डुलकी लागली असावी. माझ्या पोरानं त्याला तशा अवस्थेत प्रथम पाहिलं. मी वळसा घेऊन डोंगीनं मोठ्या सावधगिरीनं त्या ओंडक्याजवळ आलो आणि हातातील वल्हीच्या एका फटकाऱ्यात त्याचा निकाल लावला.'' भिवाचं कौतुक वाटलं ते तो हुदाळ्यापेक्षाही सावध राहून त्याला उघड्यावर मारू शकला म्हणून.

सरणात आडव्या पडलेल्या मोहाच्या पोखरीतून इकडून तिकडे बागडत खेळत असलेली उंदराएवढी गोजिरवाणी हुदाळ्याची पिलावळ मी एकदा पाहिली होती. पाण्यात ती क्वचितच उतरतात. हुदाळ्यांच्या पिलांना पोहायला शिकवायला लागत नाही. झाडांच्या ढोलीतून चोचीनं पाण्यात आणून सोडलेल्या अडई वंडकींच्या पिलांप्रमाणं ती आपोआपच पाण्यावर तरंगू लागतात. ती पाण्यात उतरायला कधीच उत्सुक नसतात; पण एकदा ती पाण्यात पडली की काय करावं याचं ज्ञान त्यांना उपजतच असतं.

एकदा तर पाण्याकाठी असलेल्या वृक्षाच्या मुळाच्या समूहात पोखरलेल्या बिळाच्या तोंडाशी पहुडलेल्या हुदाळ्याच्या मादीच्या स्तनाला पिलं लोचून दूध पितानाचं अतिशय दुर्मीळ असं दृश्यही मी पाहिलं.

पोखरीवर त्यांना पाहायचं तर उंच झाडावर बसूनच त्यांचं निरीक्षण करावयाला हवं. कारण हुदाळ्याला माणसांच्या अस्तित्वाचा सुगावा हवेतील प्रवाहाच्या साहाय्यानं लगेच लागतो. उंचावर बसल्यानं तो वास हवेच्या वरच्या थरातून जात असल्यामुळं तो त्याला जमिनीवरून कळणं कठीण जातं.

हुदाळे प्रामुख्यानं रात्रीच भक्ष्याकरिता पारध करतात. भक्ष्याचा तुटवडा पडला तर मात्र ते दिवसाउजेडी मासे मारताना आढळून येतात. ज्या ऋतूत त्यांना सपाटून भूक लागते तेव्हा ते खस व गादेच्या आश्रयानं संधिप्रकाशातही सावजाच्या शोधात असतात.

ऑक्टोबरच्या कडक उन्हानं इटिया डोहाच्या सराचं पाणी आटत जातं. त्या चिखलाणीतून हुदाळ्यांच्या पाऊलखुणा एखाद्या स्पष्ट सहीसारख्या दिसू लागतात.

अशा पदप्रेक्षांचा मागोवा घेत जाण्यात मोठा आनंद असतो. अशा पाऊलचिन्हांवरून मी नवेगाव जलाशयापर्यंत पाच-सहा किलोमीटर चालत गेलो आहे.

कधी कधी या पाऊलखुणा सशाच्या बिळाकडे गेलेल्या आढळतात. हुदाळ्याला सशाचं लुसलुशीत मास फार आवडतं. वाटेत उंदीर व घुशी सापडल्या तर त्यांचाही तो फडशा पाडतो. मात्र गावात येऊन त्यानं कोंबड्या बदके खाल्ल्याचं कधी ऐकिवात नाही.

उन्हाळ्यात नवेगाव जलाशयाकाठची पोवन व खस जसजशी कमी होते तशी केमाची लपण नाहीशी होऊन ते आश्रयासाठी इटिया डोहाकडे पहाटेच्या वेळी थव्याथव्यानं जातात. एकदा चांदण्यात सकाळच्या वेळी आकाशातून इटिया डोहाकडे त्यांना उडताना पाहून मागोवा घेत गेलो. वाटेत बांबूच्या रांजीत आश्रयाला असलेल्या दोन केमांपैकी एकाला हुदाळ्यानं मारताना पाहिलं. सावजाचा मागोवा लागल्यावरची त्याची चोरपावलाची चाल आणि अचानक, केमाला न कळत त्याच्यावर घातलेली झडप, कोल्ह्याच्या एका जोडीनं त्याच्या तोंडचा हिसकावून घेतलेला घास असं वनातील दुर्मीळ नाट्य मी यापूर्वी कधी पाहिलं नव्हतं. असं अभूतपूर्व दृश्य कधी पुन्हा पाहायला मिळेल असंही वाटत नाही.

दिवस मावळताच हुदाळे सरणातील बेडकी खाण्यासाठी सगरीवरून येऊ लागतात. ढीवर त्यांच्या सगरीवर जाळे लावतात. त्या जाळ्यापासून जवळच ढीवर त्यांची वाट पाहात बसलेला असतो. बेडकी खायला आलेला हुदाळ्या अवचितपणे जाळ्यात पकडला जाताच त्याला काठीनं मारतात. तो इतका सामर्थ्यशील प्राणी आहे की, संधी मिळताच जाळं दातानं कुरतडून एका मुसंडीबरोबर तो पळून जातो. परंतु शिकार करणं हे काही निरीक्षण नव्हे. मेलेल्या हुदाळ्याची माहिती ढीवरांना मिळत असेल; पण जिवंत हुदाळ्याविषयी ते फारसे काही शिकू शकत नाहीत.

हुदाळे मासे मारून खाताना पाहणं मोठ्या गमतीचं असतं. हुदाळे एका ठरावीक जागेवर विष्ठा करतात. कित्येकदा त्यांच्या विष्ठेमुळे तेथील जमीन-दगडगोटे पक्ष्यांनी शीट टाकावी तशी पांढुरकी दिसून त्यांच्या अस्तित्वाचा सुगावा लागतो. त्यांच्या विष्ठेचं पृथक्करण करून त्यांच्या भक्ष्याविषयी खात्रीलायक माहिती मिळू शकते. कधी कधी ढीवरानं मारलेल्या हुदाळ्याच्या पोटातील अवशेषांचं निरीक्षण करून त्यांच्या आहाराविषयीचं ज्ञान होतं.

हुदाळे इतर काहीही खात असले तरी ते मुख्यतः मत्स्यभक्षी आहेत. शकुल व वाम मासे त्यांना खूप आवडतात. नदीतील कोळंबी ते खातात. नदीतील झिंगे

कमी झाले तर ते हुदाळ्यांमुळं होत नाहीत. परंतु माशांची पैदास करण्याकरिता केलेल्या छोट्याछोट्या तळ्यांची मात्र वेगळी गोष्ट आहे. तेथे हुदाळे अनर्थ माजवितात. अशा वेळी घरची कोंबडी पळिवणाऱ्या कोल्ह्यासारखाच त्यांचा बंदोबस्त करायला हवा.

हुदाळ्यांना नदीकाठच्या उंच डगरी–दरडीवरून घसरत डोहात जाणं फार आवडतं. हुदाळे विलक्षण खेळकर व आनंददायी असतात. अशा दरडीवरच्या सगरीवर हुदाळ्यांची खूप प्रतीक्षा करूनही ते दिसणार नाहीत. परंतु तुम्ही भाग्यवान असाल तर त्यांना पाहालही. याकरिता थोडी झोपमोड झाली तरी ती संधी घेण्यात मोठा आनंद असतो. अशी परिचित सगर दिवसाच पाहून ठेवावी. सगरीच्या अगदी जवळ जाण्याचा प्रयत्न करू नये. ही जागा ज्या उंच ठिकाणावरून चांगली दिसेल तेथे रात्रभर राहण्याच्या तयारीनं जावं.

कोल्ह्याप्रमाणं हुदाळ्याच्या सवयी वैताग आणणाऱ्या आहेत. त्याच्या वाटेकडे डोळे लावू तेव्हा तो दिसणार नाही. मात्र ज्या क्षणी त्याच्याकडे पाठ फिरवाल तेव्हा तो बाहेर येईल. पण हुदाळ्याची हीच रीत आहे.

पालांदूरच्या छोट्या वनविश्रामगृहात मी राहात होतो. जवळच एक मोठं रम्य तळं होतं. त्या तळ्यावर अडई वंडकी चरायला यायच्या. ही वन्य बदकं हुदाळ्याला फार आवडतात. हुदाळ्या त्यांना मोठ्या कुशलतेनं धरतो. तो बुडी मारून त्यांच्या खाली येतो आणि लगेच त्यांना पाण्याखाली ओढतो. या तळ्याच्या पारावर बसून संध्याकाळ ते पहाटेपर्यंत त्याला पाहण्याकरिता किती तरी रात्री मी जागून काढल्या. मी अडई–वंडकी पाहिल्या. सारस पक्ष्याच्या जोडीचा घरट्याजवळील अप्रतिम नाच पाहिला; परंतु हुदाळ्या मात्र दिसला नाही.

ज्या वेळी मी हे घडताना पाहिलं तेव्हा मी तळ्याकडे पाहात नव्हतो. तिथल्या गूढ पहाटेच्या चांदण्यात धनचुव्याचा विभ्रांत स्वर ध्वनिक्षेपित करीत असताना हुदाळ्या अडईला पाण्याखाली ओढताना दिसला. काही क्षणातच हुदाळ्या तोंडात अडई धरून तळ्याकाठी आला. पाचपन्नास तासाच्या निष्फळ निरीक्षणापेक्षा योग्य जागी ठरावीक वेळी गेल्यानं कधी कधी निसर्गातील अद्‌भुतरम्य क्षण अनुभवाला येतात. परंतु एक खरं की, प्रयत्नानंच पुष्कळ गोष्टी पाहता येतात.

# ९. दिवारू

नागपूर-कलकत्ता या राष्ट्रीय महामार्गावर नागपूरपासून शंभर किलोमीटर अंतरावर साकोली हे गाव आहे. ते भंडारा जिल्ह्यात येतं. साकोलीहून तीन किलोमीटर गेलं की, सुंदर तळं दिसू लागतं. ते रस्त्यानं दुभंगलं आहे. शरद ऋतूत त्या तळ्यात अतिशय सुंदर कमळं उगवतात. निळी, तांबडी, गुलाबी आणि शुभ्र रंगाच्या कमळांनी तळं शोभू लागतं. थोडं पुढं गेलं की, लगेच शेंदूरवाफा गाव लागतं. विटांच्या भट्ट्यांसाठी ते प्रसिद्ध आहे. या गावातून उजवीकडे चार-पाच किलोमीटर आत गेलं की, लव्हार उमरी गाव लागतं.

लव्हार उमरीच्या पूर्वेला चुलबंद नदी वाहाते. नदीच्या दोन्ही काठांना उसाच्या वाड्या आहेत. गेल्या तीन-चारशे वर्षांपासून कोहळी लोक इथं उसाच्या वाड्या लावतात. पूर्वी नवेगावबांध व सिवनी बांधाच्या परिसरातही उसाच्या वाड्या होत्या.

लव्हार उमरीतलं तळं विस्तारानं मोठं व खोल आहे. त्यातलं पाणी शेतीला वर्षभर पुरून उरतं. तळ्यात भरपूर मासळ्या सापडतात. गावातील कोहळी लोकांची एक-दोन घरं वगळता सारी वस्ती ढीवरांची आहे. ढीवर तळ्यावर आणि दुर्गामाईच्या डोहावर मासळ्या धरायला जातात.

चुलबंद नदीकाठी मी भटकायचा ते तिथल्या उसाच्या वाड्यांतून दिसणारे मुनिया पक्षी पाहण्याकरिता ही सुंदर पाखरं थव्याथव्यानं उंचावरून उडू लागली की, त्यांच्याकडे पाहणं मोठं आनंददायी असतं. मुनिया बहुरंगी असतात. तांबड्या, तिलिया, पांढऱ्या मानेच्या, काळ्या डोक्यांच्या, पांढरी पाठ असलेल्या. अलीकडे हिरव्या मुनिया मात्र दिसेनाशा झाल्या आहेत. त्यांच्याच शोधात नदीकाठानं फिरत असताना एक दिवस नदीत जाळे टाकून मासे पकडणारा एक ढीवर आढळला. मी विचारलं, "नाव काय तुझं?"

"दिवारू जी!"

''दिवारू!'' मी मनात म्हणालो, ''किती सुंदर नाव, दिव्याशी नातं सांगणारं.''

त्याच्या नावाबरोबर तोही हळूहळू आवडू लागला. श्रावणात मी तिथं गेलो की नदीची दरड पाणकणसांनी हिरवीगार दिसायची. तिला पांढऱ्या फुलांच्या पडारीची झालर असायची. नदीच्या पात्रातलं पाणी चमकायचं. अन् दुर्गामाईच्या डोहात दिवारू जाळे टाकून मासोळ्या धरताना दिसायचा.

माणसाचं पाणी आणि चिखलाशी नातं फार अनादी आहे. कारण तो नव्वद टक्के पाण्यापासून बनला आहे आणि शेवटी त्याला मातीशीच नातं जोडून तिच्याशी एकरूप व्हायचं आहे. दिवारूचंही तसंच आहे.

मी काठावर दिसलो की, नदीतून पोहत पोहत तो काठावर येई. त्या वेळी त्याच्या कमरेला फक्त लंगोट असे. पण सायबापुढं असं उघडंबोडकं जायचं कसं? म्हणून काठावर ठेवलेलं धोतर तो अंगावर घेई. अन् पुढं येऊन म्हणे,

''सायबजी, राम राम.''

''राम राम, दिवारू.''

नंतर आम्ही दोघं नदीकाठानं हिरव्या मुनियांच्या शोधात तासन् तास भटकत असू. दिवारूलाही पाखरांविषयी खूप माहिती असल्याचं दिसून आलं. एकदा मी त्याला विचारलं,

''या उसावर बसलेल्या पाखराला काय म्हणतात?''

''मुन्या जी.''

''मुन्या म्हणजे मुनियाच का?''

''हो. जी.''

मी मनात म्हणालो, ''मुनिया हे तर मराठी नाव! इंग्रजांनी ते जसंच्या तसंच प्रचारात आणलं.''

''या पाखराला आणखीन एक नाव हाय जी.''

''कोणतं?''

''मनोली.''

पाखरांची अशी सुंदर सुंदर नावं दिवारू खूप सांगायचा. घनवर, उंच आभाळात उडणारे सरगे, दलदल चिखलात चरणारे चिखले, सुंदर पंखांचे सुंदर बटवे. रानवबदकांची अशी सहजसुंदर आणि अर्थवाही निखळ मराठी नावं दिवारू सांगून जायचा.

एकदा तो म्हणाला, ''या मनोल्यांना रायमुन्या खूप आवडतात.''

''रायमुन्या म्हणजे काय?''

''झुडपावेलींना बारीक फळं येतात. त्यांना रायमुन्या म्हणतात.''

''त्या झुडपावेलींची नावं काय आहेत?''

''येरुणी. त्याला मण्याएवढी बारीक फळं येतात. पिकल्यावर काळीभोर दिसतात.''

त्याच्या म्हणण्याचा अर्थ असा होता की, ज्या झुडुपावेलींना बारीक फळं येतात अशा सर्व फळांना रायमुन्या म्हणतात.

माझ्या भटकंतीत असं शब्दांचं धन गोळा करण्याचा मला छंदच जडला आहे. दिवारूसारखे शब्दांचे देव कुठं ना कुठं भेटतातच.

मनोली, रायमुनिया असे अर्थवाही सुंदर शब्द मला मिळाले म्हणजे खूप आनंद होतो. त्या सुंदर शब्दांच्या आठवणीतच मी त्या पाखरामागे भटकू लागतो.

दिवारू लौकिक अर्थानं कवी नाही. पण एखाद्या कवीला काव्य स्फुरावं तशी त्याला पाखरांची सुंदर नावं सुचत असावीत.

अलीकडे तो कधी कधी नवेगावबांधच्या तळ्याकाठी तर कधी इटिया डोहाकडे दियायचा.

एकदा तो मला नवेगावबांधच्या तळ्याकाठी भेटला. मी त्याला विचारलं,

''दिवारू, इकडे कसा?''

''आता चुलबंद नदीत मासे मिळत नाहीत जी.''

''का गा? काय झालंय?''

''आजूबाजूच्या वाडीतल्या उसाला घातलेल्या खतानं तिथलं पाणी खराब झालंय.''

''मग!''

''म्हणून तर इकडं येतोय जी मच्छी पकडायला.''

''साब एक विचार हाय!''

''कसला रे?''

''इटिया डोह मला फार आवडलं.''

''मग?''

माधवराव पाटलांना भेटलो. ते गावचे सरपंच आहेत ना! इटिया डोहाकाठच्या तिडके गावात घर बांधायला त्यांनी परवागनी दिली.

पाखरांनी आपल्या घरट्याची जागा बदलावी तसं दिवारूनं घराची जागा यापूर्वी अनेकदा बदलली आहे. प्रत्येक वेळी त्यानं स्वतःचं घर स्वतःच्या हातानं बांधलं होतं. आताही इटिया डोहाकाठच्या तिडक्यात हे घर बांधताना तो एखाद्या पाखरासारखा आनंदी दिसला.

‘‘दिवारू, मासे दिवसाही आवाज करीत असतात काय?’’

‘‘नाही जी. ते फक्त रातीच्या वेळीच आवाज करतात.’’

‘‘जास्त मासे केव्हा मिळतात?’’ मी

‘‘रातीला जी. दिवसा फारसे मासे मिळत नाहीत. म्हणून मी दिवसा मासेमारीला फारसा जात नाही.’’

‘‘असा एकटा इथं बसला असताना तुला कधी झोप येत नाही का?’’

‘‘नाही जी.’’

मी विचारलं, ‘‘दिवारू मासे केव्हा झोप घेतात?’’

‘‘मला वाटतं मासे रात्री झोपतात. मला असा अनुभव हाय.’’

‘‘तो कसा?’’

‘‘तसा मी हजारो राती या इटिया डोहाकाठी काढल्या आहेत; पण मला एक जाणवलं. रातीच्या तिसऱ्या पारी पाण्यावर विलक्षण शांतता असते. त्या वेळी मासे सुस्तावल्यासारखे वाटतात. अन् एक घंट्यानंतर मात्र पुन्हा त्यांची हालचाल सुरू होते. मी याच वेळी झोप घेतो. सकाळी पाखरांच्या किलबिलाटानं जागं व्हावं तसा मी एक वाजल्यानंतर माशांच्या आवाजानं जागा होतो. त्यानंतर मला ते कधी झोपू देत नाहीत. असं मला अनेक वर्षं आढळून आलंय. म्हणून मला वाटतं की मासे राती झोपतात.’’

दिवारूनं कधी समुद्र पाहिला नाही; परंतु इटिया डोह त्याला समुंदरासारखा वाटतो. कधी कधी त्याच्याबरोबर इटिया डोहाकाठच्या जंगलातून भटकताना तो म्हणतो, ‘‘साब, हे मोठं तळं समुंदरासारखं आहे. समुंदरात जशी भरती ओहोटी येते, वारं वादळ येतं तसं इथंही येतं.’’

‘‘तू पावसापाण्यात, वाऱ्यावादळात या तळ्यात कधी सापडलास काय?’’

‘‘नाही जी. मला पाऊस-पाण्याचा अंदाज घेता येतो. कुठलं नक्षत्र कवा बरसणार याची माहिती मला अगोदरच होते. कारण त्या नक्षत्राच्या पाण्यावर कुठले मासे कधी व कोठे मिळणार याचा पत्ता लागतो.’’

‘‘तो कसा?’’

‘‘साब, तुम्ही कागद पाहिल्याशिवाय काहीच सांगू शकत नाही तसा मी सवळा मासा कापून त्याच्या अंड्याच्या जोनीमध्ये पाहिल्याशिवाय काहीच सांगू शकणार नाही.’’

दिवारू एक एक विस्मयकारक माहिती देत होता. त्यानं मी प्रभावित झालो. त्याचं गूढ ज्ञान जाणून घेण्यास मन उत्सुक होतं.

मी विचारलं;

‘‘दिवारू, सवळा मासा कसा असतो? जोनी म्हणजे काय? जरा खुलासेवार सांग की.’’

‘‘सांगतो साब. सवळा मासा जास्तीत जास्त माणसाएवढा मोठा असतो. रंगानं सफेत, वजन चाळीस ते पन्नास किलो. लहान माशाचं दहा किलो असतं.’’

‘‘सवळ्या माशाची जोन एखाद इंच जाड. वीतभर लांब. त्यावर अंगठीसारख्या गोल गोल कड्या असतात. त्या जोनीवर सत्तावीस नक्षत्रांच्या लालसर खुणा असतात. अधूनमधून एखाददुसरा सवळा मासा गरीला लागतोच. मी तो कापून अंड्याच्या जोनीमध्ये पाहातो. जी रेषा काळी पडली त्या नक्षत्राला पाणी कमी येतं. अन् लाल राहिली तर नेमाप्रमाणं त्या नक्षत्राचा पाऊस पडतो असा माझा अंदाज आहे. अन् इतक्या वरसाच्या अनुभवानं तो पक्का झालाय.’’

मी विचारलं, ‘‘इतर कुठल्या माशाच्या जोनीवरून असा पावसाचा अंदाज करता येतो काय?’’

‘‘फक्त सवळ्या माशाच्या जोनीतच पावसाच्या नक्षत्राच्या रेषा असतात.’’

या सायबाला एवढ्या साध्या गोष्टी समजावून सांगाव्या लागतात म्हणून दिवारूला कधी कधी आश्चर्य वाटतं.

समोर बसून दोन्ही हात गुडघ्याला बांधलेले असतात. त्याचे स्थिर, गूढ निळे डोळे मला पाहू लागतात. तो विचारमग्न असतो. त्याला वाटत असावं अशी रहस्यं सायबाला सांगायला नको होती. त्यातलं सत्त्व कमी होईल. त्याच्या ओठावरच्या काळ्या पांढऱ्या मिशा थरथरतात. मधूनच तो अंगठ्यानं नाक खाजवितो. म्हणतो झालं जी. आता काय सांगू म्हणून स्मित करतो. त्याला असं स्मित करताना पाहणं मोठं आनंददायी असतं. त्याचे मोत्यासारखे सुंदर दात अजूनही मजबूत आहेत. तो तंबाखू खात नसल्यानं त्याचे दात डागाळलेले नाहीत. त्याला वाटतं भात-मासे खाणाऱ्याचेच दात इतके चांगले असू शकतात. तेच वन्य जीवांचे उत्तम शिकारी व निरीक्षक असू शकतात. कोंबड्या-बकऱ्याचं मांस खाणाऱ्यांच्या शरीरास एक प्रकारचा वास येतो. त्यामुळे जंगली जनावरं बुजून पळून जातात.

ज्या वेळी मला माशाच्या सौंदर्याचा साक्षात्कार झाला तेव्हापासून मी मासे खाणं सोडून दिलं. गळानं  देखील कधी मासे पकडले नाहीत. पण दिवारूच्या बाबतीत मात्र उलट अनुभव आला. त्याला मासे अत्यंत प्रिय आहेत म्हणून तो त्यांची हत्या करतो.

दिवारूची इटिया डोहातील मासेमारीपासून मिळणारी रोजची कमाई कमीत कमी शंभर रुपयांवर आहे; पण मी पवनीच्या वनकुटीत मुक्कामाला आलो असं कळताच तो एवढ्या लांबून मला भेटायला येतो.

त्याला पाहताच मी म्हणतो, ''आलास दिवारू.''

''हो जी. एकमेकांचं मन मिरला हाय. चला भेट घेऊ. जीवन पाण्याचा बुडबुडा हाय. कधीही फुटायचा...''

दिवारू अनपढ आहे, परंतु अंतःकरणापासून निघालेले शब्द काव्याचं रूप घेत असावेत!

दिवारूला माधवराव पाटलांनी जाणलं आहे. ते सांगतात,

''सायब, दिवारू इतर ढीवरांसारखा नव्हे. तो पोचलेला ज्ञानी पुरुष आहे.''

दिवारू प्रत्येक भेटीत काहीतरी नवीन सांगतो. एकदा तो म्हणाला, ''साब तुम्ही लिखता तसा मी मासेमारी करतो. मच्छीमारी कवनासारखं हाय!''

''नदी, तळी आणि त्यात राहणाऱ्या पाण्यातील जीवांना देवानं का जन्म दिला सांग की?''

''शहाण्यांनी त्यावर विचार करावा. मूर्खांनी त्याविषयी इच्यार न करताच त्याजवळून जावं म्हणून.''

''देवानं समद्या धरतीवरील जीवांना जन्म दिला; पण तो बोलला मात्र पाण्यातील माशाशी. अन् हे मासे माझ्याशी बोलतात. देवाची करणी भुईपेक्षा पाण्यातच जास्त दिसून येते.''

जळ आणि जळातील माशांविषयीचं दिवारूचं हे आद्य चिंतन मोठं सुंदर आहे. दिवारूचं आयुष्य यशस्वी आहे. तो आत्मसंतोषी आहे. त्याला हे ज्ञान दुसऱ्या कुणाला द्यावं याची काळजी नाही. ही धडपड माझी आहे.

मधूनमधून मी तिडक्याला दिवारूकडं जातो. तो दूरवर इटिया डोहात मासळी पकडायला गेलेला असतो. हप्ता हप्ता तो घरी येत नाही. मला त्याच्याजवळचं ज्ञान कणाकणानं मिळवायचं असतं. एकदा त्याला म्हटलं,

''दिवारू, माझ्याजवळ नोकरीला राहतोस काय? मोठा पगार देईन.''

''साब, तुम्ही जे करता तो तुमचा नाद हाय, अभ्यास हाय, पन मी जे करतो ते माझं जीवनच आहे. जीवनाचा त्याग करायचा म्हणजे मरणच. तुम्ही हजारो रुपयांचा तनखा दिला तरी मी कुणाची सेवा करणार नाही.. सेवा मोठी कठीन हाय.''

दिवारूचं म्हणणं मला पटलं. मी त्याला म्हटलं,

''दिवारू, तुझं म्हणणं खरं आहे. चाकरी करायची असते ती माझ्यासारख्या ज्ञानभिक्षूनं, तुझ्यासारख्या ज्ञानतपस्व्याची.''

# १०. पाडस

भामरागडची जंगलं आणि तिथं राहणाऱ्या माडिया गोंडांविषयी चित्रकार आलमेलकरांकडून खूप ऐकलं होतं. या जंगलात गावोगावी पायी फिरून आलमेलकरांनी आदिवासींची रेखाटनं काढली होती. तिथल्या गोंड आदिवासींची सेवा करणाऱ्या डॉ. प्रकाश आमटे आणि त्यांच्या सुविद्य पत्नी डॉ. मंदाकिनी आमटे यांची एक मुलाखत 'इंप्रींट' या इंग्रजी मासिकातून नुकतीच वाचली होती. एवढ्या तरुण वयात कुठल्या अंतःप्रेरणेनं व कुठल्या ध्येयानं प्रेरित होऊन डॉ. पति-पत्नी या निर्जन जंगलात रुग्णांची सेवा करीत आहेत हे जाणून घेण्याची उत्सुकता होती. त्यांच्या प्राणिसंग्रहालयाविषयीही अनेकांकडून ऐकलं होतं. इंद्रावती नदीपलीकडच्या बस्तरच्या जंगलातून नदीवर येणाऱ्या रानम्हशींविषयी कुतूहल होतं. तसंच नदीकाठी झाडांवर राहणाऱ्या काळ्या मैनांचं आणि आकाशातून कलकलाट करीत थव्याथव्यानं उडणाऱ्या मोठ्या धनचिड्यांचंही निरीक्षण करावयाचं होतं. भामरागडच्या जंगलात आता दुर्मीळ झालेल्या पण इंद्रावतीपलीकडच्या बस्तरच्या जंगलातील बाराशिंगी सांबरांचंही अवलोकन करावयाचं होतं. त्याकरिता भामरागडला जावं असं अनेक दिवसांपासून मनात ठरवीत होतो; परंतु या ना त्या कारणानं जाणं झालं नाही. महत्त्वाच्या कामानिमित्त तिथं जाण्याची अचानक संधी मिळाली तेव्हा खूप आनंद झाला.

१९७८चा डिसेंबर महिना. आल्हाददायक थंडी पडली होती. नवेगावबांधहून गोठणगाव इटिया डोहाच्या नहरावरून एक रस्ता महागावला जातो. महागावहून कुरखेडा-गडचिरोली-मूल असाही एक रस्ता चंद्रपूरला जातो. एरवी चंद्रपूरला जायचा राजमार्ग म्हणजे नागपूर-वरोड्यावरून. पण हा रस्ता मोठा रुक्ष वाटतो. म्हणून मी गडचिरोलीहून जायचं ठरविलं. याचं कारण नवेगावहून २०० ते २५० किलोमीटरचा रस्ता जंगलातून जातो. रस्त्यानं मैलन मैल घनदाट हिरव्या जंगला-रानातून जाण्यात अपूर्वाई असते.

रात्री चंद्रपूरच्या वनविश्रामगृहात मुक्काम केला. दुसऱ्या दिवशी लगेच आम्हाला भामरागडकडे निघायला हवं होतं.

भामरागडला जायचं तर आलापल्लीहून जावं लागतं. चंद्रपूरहून बल्लारशाहला पोहोचलो तेव्हा जेवणाची वेळ झालेली होती. वनविश्रामगृहात जेवणं उरकली. नंतर थेट आलापल्ली गाठलं, चहापाणी उरकून भामरागडची वाट धरली. इथून जवळजवळ १५० किलोमीटर भामरागड होतं. आमची जीप वनमार्गानं भरधाव धावत होती. रस्त्याच्या दोन्ही बाजूंना घनदाट कुवार जंगलं होती. ठिकठिकाणी पाण्याची सोय पाहून माडिया गोंडांची मातीच्या घरांची गावं वसली होती. भामरागडपर्यंत जंगलखातंही जाऊन पोहोचलं आहे. त्यानंतर बल्लारपूर पेपर कारखान्याची माणसं. अन् त्याही पलीकडे बाबा आमटे यांची आश्रमशाळा आणि इस्पितळं.

भामरागडच्या वाटेवर गट्टा हे गाव आहे. तिथं रात्री मुक्काम करून पुढं जायचं ठरविलं. गट्ट्याला जाताना वाटेत एक गाव लागलं. रात्रीचा नवाचा सुमार. काळोखात रस्त्याच्या कडेला आगेटा दिसला. काही माडिया तरुणी तालासुरात नाचत गात होत्या. कुणीतरी एक तरुण ढोलकं वाजवीत होता. आगेटाच्या उजेडात फेर धरून नाचणाऱ्या तरुण मुली. छातीवर कापड लपेटलेलं, तेच कंबरेखाली आलेलं. आम्ही जीप थांबवून थोडा वेळ तिथं थांबलो. त्यांची गाणी ऐकली आणि नृत्यही पाहिलं. पोहोचायला उशीर होईल म्हणून मोह आवरला आणि पुढं जायला निघालो.

गट्ट्याला पोहोचलो तेव्हा खूप थंडी पडली होती.

झाडाझाडांच्या पानांतून दव ठिपकत ठिपकत जमिनीवर टप टप पडत होतं. गट्टा ही बल्लारपूर कारखान्याची जंगलातली छावणी. आम्ही तिथल्या एका कुटीत शेकोटीसमोर बसून गप्पा मारीत होतो. तिथले अधिकारी पातुरकर व शुक्ला होते. मी समोर अंधारल्या जंगलात पाहिलं तर शेकडो आगेट्या दिसत होत्या. नंतर अंधारातून माणसांचे आवाज येऊ लागले. मी पातुरकरांना त्याबद्दल विचारलं तेव्हा त्यांनी पुढीलप्रमाणे माहिती दिली.

‘‘साहेब, हे बास तोडायला आलेले मजूर आहेत. शेजारच्या मध्यप्रदेशातील बिलासपूर, राजनांदगाव आणि रायपूर या भागातून जंगलातल्या रस्त्यानं चालत नुकतेच इथं पोहोचले आहेत.’’

त्या अंधार भिल्लातील काजवी प्रकाशात हळूहळू माणसांची हालाचाल दिसू लागली. अंगाभोवती चादर लपेटून ते आगेट्यांपुढं बसले होते. त्यात स्त्रिया होत्या,

मुलं होती, मुली होत्या, लहान बालकं होती. स्त्रिया तीन दगडांच्या चुली पेटवून स्वयंपाक करीत होत्या. मुलं गोधडीत झोपी गेली होती.

गट्टट्याच्या चिमुकल्या वनकुटीत आम्ही थांबलो. कंदिलाचा मंद प्रकाश साऱ्या खोलीभर पसरला. मनाला लोभविणारा. जंगलात असताना मला या मंद प्रकाशाविषयी विलक्षण आकर्षण वाटतं. बाहेर जंगल दिसत नसलं तरी ते ऐकू येत होतं. बेडकी, रातकिडे आणि शेकडो अनोळखी कीटक आपल्या कर्कश आवाजात ओरडत होते तर काही हळू स्वरात. परंतु या संमिश्र आवाजात लय नसलेलं पण मनाला मोहित करणारं गान होतं. मृगाच्या टाऽहोबरोबर ढोलकीचा आवाज येई. शुक्लासाहेब सांगत होते, की इथं पहाटे चारालाच उजाडतं. मला त्या वेळी त्याचा अर्थ कळला नव्हता.

पहाटे उठून ऐकतो तो बाहेर पाखरांची गाणी चालू होती. धनचिडी पक्ष्यांच्या थव्यांचा आवाज येत होता. अंधुक प्रकाशात वीस-पंचवीस मातीची घरं आलमेलकरांच्या चित्रातल्या घरांसारखी सुंदर दिसत होती. बास बल्लयांनी उभी केलेली, गवतानं शाकारलेली ती मातीची घरं साधीच होती. घरापुढच्या आगेट्यांतून धुराची विरळ पांढुरकी गुंडाळी लाटेगत माडाच्या झाडाझाडांतून आभाळात चालली होती. तांबडं फुटलं तसं गाव स्पष्ट दिसू लागलं. भोवताली बांबूची जंगलं धुक्यात एखाद्या रेशमाच्या कापडावर नाजूक चिनी चित्राकृतीसारखी रेखीव दिसत होती. इतकी सुंदर सकाळ मी क्वचितच पाहिली असेल. माडिया गोंडांच्या स्त्रिया पाणी भरण्याकरिता वनकुटीच्या विहिरीवर जमा झाल्या होत्या. विहिरीच्या चाकातून साखळी वाजल्याचा आवाज येत होता.

नाश्ता, चहापाणी उरकून आम्ही लगेच हेमलकशाला जायला निघालो. सोबत पातुरकरही होते. गट्टट्याहून घनदाट जंगलातून नागमोडी रस्त्यानं आमची जीप भरधाव जात होती. अजून रस्त्यावर धूळ झाली नव्हती. मध्येच माडिया गोंडांचं एखादं गाव येई. पातुरकर त्यांची माहिती सांगत.

दुरूनच काही पांढऱ्या उंच इमारती दिसू लागल्या. आमची जीप त्या आवारात थांबली. आम्ही खाली उतरून एका बंगल्यात प्रवेश केला. ते डॉक्टरांचं निवासस्थान होतं. इतक्यात डॉ. प्रकाश आमटे घरातून बाहेर आले. मागोमाग त्यांच्या पत्नी. बरोबर एक पाच-सहा वर्षांचा गोंडस मुलगा. पातुरकरांनी उभयतांचा परिचय करून दिला. डॉक्टर मला नावानं ओळखत होते. निरगू गोंड व चांदीकवडी हा लेख वाचून त्यांनी मला पत्र लिहिलं होतं. व्हरांड्यात आम्ही सारेजण वेताच्या खुर्चीवर बसलो. दारावर मोठा धनेश कापूस भरून अडकविला होता. बाजूला सापाची कातडी. पखमांजराचं कातडं देखील पसरून लावलेलं.

डॉ. प्रकाश चणीनं लहान, गोरे व हसतमुख. त्यांच्या पत्नी डॉ. मंदाकिनी त्यांना शोभेल अशाच. डॉक्टरांनी त्यांचं सारं प्राणिसंग्रहालय फिरून दाखविलं. आश्रमशाळेसमोर मोर मुक्तपणे संचार करीत होते. एक अस्वल मोकळं फिरत होतं. एखाद्या कुत्र्यागत ते डॉक्टरांच्या मागं मागं जात होतं. आम्हाला त्याची भीती वाटली. कारण साऱ्या वन्यप्राण्यांत अस्वलाइतकं बेभरवशाचं जनावर नाही. एका पिंजऱ्यात चार देवखारी होत्या. डॉक्टरांनी पिंजऱ्याचं दार उघडताच त्या बाहेर आल्या. एक खार त्यांच्या हातावरून चढून गेली व तिनं त्यांच्या तोंडाजवळ तोंड नेऊन हुंगल्यासारखं केलं. नंतर मात्र त्या साऱ्या गुलमोहराच्या झाडावर जाऊन बसल्या.

देवखार रंगानं चॉकलेटी, मात्र तोंड, पाय पांढुरके, झुपकेदार लांब शेपटी. भंडारा जिल्ह्यात तिला झेंडा उंदीर म्हणून ओळखलं जातं. महाराष्ट्रात आता त्या फक्त भामरागड व भीमाशंकरच्या जंगलातच आढळून येतात.

१९७८ सालच्या मार्च महिन्यात मी बंदीपूर राष्ट्रीय उद्यानात असताना शेजारच्या मधुमलाई अभयारण्यात देवखारीचा अभ्यास करीत होतो. तिथली जंगलं पतझडीची, त्यात साग, धावडा, बीजा, सागाची दाट झाडी होती. अभ्यासासाठी मी रस्त्याला समांतर असं चार-पाच किलोमीटर लांबीचं क्षेत्र निवडलं होतं. दिवस उगवण्यापूर्वी त्या जंगलात आम्ही प्रवेश करीत असू. देवखार हे मोठं भित्रं आणि शामळू जनावर. आम्ही त्यांना शोधू लागायच्या आत त्याच आम्हाला हेरून काढीत. दिसायच्या नाहीत, मात्र त्यांचा आवाज ऐकू येई. एक खार ओरडू लागली की त्याला प्रतिसाद म्हणून जंगलातल्या साऱ्या खारी कोकलू लागत. आम्ही वेडावून जात असू. कुठल्या दिशेला पाहायचं हे समजेनासं होई. एखादी खार एखाद्या झाडावरून दुसऱ्या झाडावर लांब पल्ल्याची उडी घेताना दृष्टीस पडे. देवखार २० फूट रुंदीची उडी लीलया घेते. मग आम्ही तिचा मागोवा घेत जात असू. त्या खारीला शोधता शोधता तिचा जोडीदारही दिसू लागायचा. दिसायला दोन्हीही सारखे. नर कोण, मादी कोणती हे ओळखू यायचं नाही. अन् एकदम ते घरट्यात दडून बसायचे. नर बारीक फांद्यांच्या बेचक्यात काटक्या अन् पानाची अनेक मोठी गोल आकाराची घरटी बांधतो. तिथं त्याच्या शत्रूंना देखील पोहोचता येत नाही. ते पतझडीचे दिवस. त्यांची झाडावरची घरटी सहज दिसू लागत. एक एक नर सहा-सात घरटी बांधे. त्यांचा उपयोग त्यांना रात्री झोपण्यासाठी, दिवसा विसावा घेण्यासाठी तर काहींचा विणीसाठी व पिलं वाढविण्यासाठी होई.

एका पिंजऱ्यात दोन मोठ्या सारई होत्या. पिंजरा साधाच. देवदाराच्या फळ्या आणि जाळीचं दार. मला आश्चर्य वाटलं, की पिवळ्या दातांनी पिंजरा फोडून त्या अजूनपर्यंत पळून कशा गेल्या नाहीत. डॉक्टरांनी खुलासा केला, की त्या त्यांच्याबरोबर या परिसरात एखाद्या मुंगसासारख्या फिरत असतात. त्यांना त्यांचा लळा लागला आहे. रात्री त्या कुणा रानश्वापदाच्या भक्ष्यस्थानी पडू नयेत म्हणून आश्रयाला येथे राहतात. बाकी दिवसभर त्या बहुतेक भटकत असतात. आम्हा परक्यांना पाहून त्या भीतिसूचक गुरगुरल्या. त्यांनी पिंजऱ्याच्या तक्तपोशीवर पाय आदळले. त्यांच्या अंगापाठीवरचे काळेपांढरे काटे ताठ उभे राहिले अन् त्यांचा कट्कट् आवाज झाला.

सारई आपल्या अंगावरील काटे एखाद्या बाणाप्रमाणं फेकून देते हे काही खरं नाही. अंगावरील फूटभर उंचीचे काही काटे तिच्या पाठीत सहज रुतलेले असतात. शत्रूंनी त्यांना उपद्रव दिला तर उलट दिशेनं पाठ करून ती त्यांच्या अंगावर आदळते. त्याबरोबर काटे शत्रूच्या शरीरात खोलवर घुसतात. मागे आदळून तशीच ती पुढे धावते. ही क्रिया इतक्या जलद गतीनं होते, की वाटतं, सारईनं शत्रूवर जणू शरसंधान केलं असावं. गळालेल्या काट्यांच्या जागी पुन्हा नवीन काटे फुटू लागतात. काटे आतून पोकळ असतात.

उंदीर, खारी आदी कुरतडणाऱ्या वर्गात सारईचा समावेश होतो. जंगलात कडेकपारी व शिळांच्या कप्पीत त्या राहतात. तसेच जमिनीत बिळे पोखरतात. सुगीच्या दिवसांत एखाद्या दाट झुडपाचा आश्रय घेतात. तिथून पार शेतापर्यंत बीळ पोखरतात.

वाघ व बिबट्यानं सारईच्या वाटेला जाऊन स्वतःचा प्राण गमावल्याची उदाहरणं आहेत.

प्राचीन आयुर्वेदिक ग्रंथांतून सारईला साळूपक्षी म्हटलं आहे याचं मात्र आश्चर्य वाटतं. उत्तर आणि दक्षिण अमेरिकेतील सारई बहुधा वृक्षांवर राहतात. शेपटीच्या साहाय्यानं त्या झाडावर चढतात. पूर्वी भारतात देखील अशा प्रकारच्या सारई असाव्यात! झाडावर राहणाऱ्या सारईचं एकूण बाह्यरूप पक्ष्यासारखं दिसत असावं. म्हणून कदाचित त्यांना साळूपक्षी म्हणत असावेत.

मला सर्वांत नवल वाटलं ते तरसाचं. एका पिंजऱ्यात गोंडस, स्वच्छ तरस होता. हा प्राणी इतका स्वच्छ दिसू शकतो हे पहिल्यांदा पाहात होतो. कुबडा या त्याच्या दुसऱ्या नावातच त्याचा कुरूपपणा साठला आहे.

एका मोठ्या पिंजऱ्यात मोठी नीलगाय होती. तिथंच चितळं, भेकरी होत्या. पलीकडच्या पिंजऱ्यात माकड, वानर होते. एकात नागसापाची जोडी, तर दुसऱ्या

पिंजऱ्यात अजगर स्वस्थ पडून होता. हे सारं पाहात असता एका पिंजऱ्यात ताडमांजर दिसले तेव्हा चकितच झालो. हा प्राणी कुठल्या प्राणिसंग्रहालयात पाहिल्याचं स्मरत नाही. रंगानं मातकट काळसर. नुकताच वयात येत असल्यानं अंगावर पुसट उभे पट्टे, खांद्यामांडीवर ठिपके, डोळ्याखाली चांदी.

ती जंगलात दिवसा वृक्षाच्या पोखरीत राहाते, रात्री भक्ष्याच्या शोधात बाहेर पडते. छोटे पक्षी, सरडे आणि रानउंदरांवर गुजराण करते. ताडाच्या झाडावर ठेवलेल्या मडक्यात साचलेली ताडी चोरून पिते म्हणून तिचं नाव ताडमांजर. ती सहज माणसाळते.

सारा प्राणिसंग्रहालय पाहून आम्ही परत व्हरांड्यात आलो. चहा घेता घेता डॉक्टरांना विचारलं,

''डॉक्टरसाहेब, हे प्राणी मिळविलेत कसे?''

''हे प्राणी आम्ही जंगलातून पकडून आणले नाहीत. इथल्या मांडिया गोंडांना सापडलेले आहेत. इथं आलो तेव्हा ती पोरकी पिलं आणि पाडसं होती. त्यांनी मला ती पाळण्यासाठी आणून दिली. इथं प्राणिसंग्रहालय करावं असाही हेतू नव्हता. पण निष्पाप प्राण्यांचे जीव वाचवावेत या हेतूनं स्वीकारलेत!''

''आपण पाहताच, की इथं समोर आश्रमशाळा आहेत. शाळेत ५-६ वर्षेवयोगटातील मुलं आहेत. माणसांत वन्यजीवांविषयीचं कुतूहल जन्मजात आहे. इथल्या वातावरणात मुलांना एकदम परकेपणा वाटत नाही. खरं म्हणजे ही मुलां त्या प्राण्यांचं सारं काही करतात. त्यांना भरवितात. देखभाल करतात. त्यांचं या प्राण्यांवर प्रेम आहे.''

मी मध्येच विचारलं, ''तसं या आदिवासींचं जंगली जनावरांवर प्रेम असतंच नाही?''

''नाही. माडिया गोंड हे आदिम शिकारी आहेत. ते साऱ्या जंगलात सामूहिकरीत्या शिकार करतात. त्यांना कुण्या गोष्टीचा गर्व असेल तर तो शिकारीचा. मृत्यूनंतरही त्यांची थडगी दिमाखानं शिकारीचा तोरा दाखवितात. पुरल्यावर त्यावर एकसंध दगड उभा करतात. ज्या थडग्यावर सर्वांत उंच दगड तो मोठा माणूस समजायचा. पण हा थोर माणूस शिकारीच असतो. त्या दगडावर कुठं गव्याची शिंगं लावलेली असतात, तर कुठं धनुष्य असतं.

या त्यांच्या शिकारीच्या नादामुळं भामरागड जंगलात जनावरं राहिली नाहीत. पार माकड-वानरं सुद्धा. एक सांगू साहेब, माणसाच्या स्वभावाला औषध नाही. मात्र केलेल्या सेवेनं त्याच्या मनावर खोल परिणाम होतो. माणसातला चांगुलपणा हळूहळू जागा होतो. माझा त्यावर विश्वास आहे.''

‘‘तो कसा डॉक्टरसाहेब?’’

‘‘मी आपणाला हे प्राणी मुळी इथल्या इस्पितळात कसे आलेत हेच सांगतो, म्हणजे मी काय म्हणतो हे आपल्या ध्यानी येईल. या तरसाबद्दल सांगतो. कोडपे गावात एक माडिया गोंड राहातो. चिन्ना दस्सा त्याचं नाव. त्याला देवदंड झाला होता. मी त्याच्यावर औषधोपचार करी. त्याला बरं वाटू लागलं. तसं केलेल्या उपकाराची परतफेड कशी करता येईल याचा तो विचार करू लागला. त्याच्याजवळ पैसा नव्हता. माझं वन्यजीवांवर प्रेम आहे हे त्याला माहीत होतं.’’

मी मनात म्हटलं,

‘‘जो वन्यजीवांवर प्रेम करतो तोच माणसाची खरोखर सहृदयता आणि सहानुभूतीनं सेवा करू शकतो.’’

‘‘बरं का साहेब, या चिन्ना दस्साला जंगलाची खूप माहिती आहे. तरसाचे बच्चे कुठं होतात, केव्हा होतात, सारं त्याला माहीत. तो रोज जंगलात भटके. डोंगराच्या कपारी आणि कप्पी धुंडाळी. एकदा त्यानं एका भल्या मोठ्या शिळेखालच्या पोखरीतून तरसाची मादी बाहेर पडताना पाहिली. तो तिथं गेला. डोकावून पाहिलं तर आत अंधार. तरसाची आई आपल्या पिलांना बोलाविण्यासाठी जसा आवाज काढते तसा त्यानं काढला. पिलांना वाटलं, आई आली. ती हळूच बाहेर डोकावली. एकूण तीन पिलं होती. ती हळूहळू बाहेर आली. तर त्यानं एकदम झडप घालून मानेत एकाला घट्ट पकडलं. तशी दोन पिलं आत पळाली. ते पिलू त्यानं मला आणून दिलं. त्याला मी पहिल्यांदा दुधावर व नंतर पोळीवर वाढविलं. तो आता ९-१० महिन्यांचा आहे.’’

‘‘तरस मोठं बेढब, हिडीस अन् घाणेरडं जनावर असतं ना?’’ मी.

‘‘नाही साहेब, त्याच्याइतका स्वच्छ राहणारा प्राणी नाही.’’

‘‘अन् ते दुर्मीळ असं ताडमांजर कसं आलं इथं?’’

‘‘सांगतो.’’

‘‘हेमलकशाहून लाहेरी २० किलोमीटर अंतरावर आहे. जून-जुलैचा महिना. ताडमांजर दिवसा क्वचितच दिसतं. एक माडिया गोंड जंगलात भटकत होता. त्याच्या बारीक नजरेतून जंगलातली हालाचाल कधी निसटायची नाही. त्याला झाडावर उंच ठिकाणी अवचितपणे ताडमांजर दिसलं. त्यानं ओळखलं की त्या झाडाच्या पोखरीत कुठंतरी तिचे बच्चे असावेत. तो झरझर झाडावर चढला. त्याला एक पोखर दिसली. पोखरीच्या तोंडाला कान लावले. आत गडद अंधार. त्यानं हळूच काडी घालून मागोवा घेतला. काडीचा धक्का लागून पिलांनी हिस्स

करून आवाज काढला. त्याची खात्री झाली. त्यानं पोखरीत हात घालून पिलाला बाहेर काढलं, तसा त्यानं त्याच्या मनगटाचा चावा घेतला. पिलाचे दात तीक्ष्ण असतात. अनेक सुया एकाच वेळी टोचाव्यात तसं त्याला वाटलं. ते पिलू त्यानं मला आणून दिलं. बक्षिसी मागितली नाही, मात्र डोळ्यांत पाणी आणून तो मला नमस्कार करून निघून गेला. सुरुवातीला फिलरनं आणि नंतर बाटलीतून त्याला दूध पाजवून वाढविलं.''

गेल्या महिन्यात विजा केसाला जंगलात एक चितळाचं पाडस सापडलं. विजा ताडगावचा पाटील. ते पाडस घेऊन तो आश्रमशाळेत आला. बरोबर त्याचा पाच वर्षांचा मुलगा देवू होता. पाडस मला देऊन म्हणाला,

''डागदरसाब देवूचं आपल्या आश्रमशाळेत नाव नोंदवून घ्या जी. त्यानं शिकून मोठं व्हावं असं वाटतं. तुम्हास जंगली जनावरांची लगन हाय. ही प्रेमाची भेट समजा.''

''देवूला आश्रमशाळेत दाखल करण्यात आलं; परंतु शाळेत त्याला कोंडून घातल्यागत वाटू लागलं. रोज मुक्तपणे रानावनात फिरलेलं हे पोर घरची आठवण झाली की कुणाला न कळवता गावची वाट धरे. ताडगाव तसं जवळ नाही. इथून २४ किलोमीटर अंतरावर आहे. सारी वाट घनदाट जंगलातून जाते; परंतु त्याला कसली भीती वाटत नाही. तो एकटा दिवस मावळायच्या आत घरी जेवायला पोहोचतो. सकाळी त्याचा बाप पुन्हा त्याला खांद्यावर घेऊन शाळेत आणून सोडतो. मी त्याच्यावर पाडसाची देखभाल करण्याचं काम सोपविलं. त्यात तो रमून जातो. आणि आता त्याचं घरी पळून जाणंही बंद झालंय.''

कितीही बंधनं घातली तरी माडिया गोंडाचा जन्मजात स्वभाव जात नाही. त्या दिवशी सारा गावच्या गाव जंगलात शिकारीला गेला. दिवसभर भटकूनही त्यांना शिकार मिळाली नाही. परत येताना वाटेत त्यांना नील गाईचं एक पाडस सापडलं. त्यांनी ते मला आणून दिलं तेव्हा त्याची नाळसुद्धा होती. त्या पाडसावर साऱ्या गावचा हक्क होता. त्या गावकऱ्यांनी त्याच्या मोबदल्यात माझ्याजवळ एक बकरं मागितलं. मी ते दिलं, त्या पाडसाचा जीव वाचविण्याकरिता.

भामरागड जंगलात दुर्मीळ अशा देवखारी आहेत. तुम्हाला माहीत आहेच की त्या आपल्या विणीसाठी सहा-सात घरटी बांधतात. अगदी अवघड जागी. माणसाला त्या ठिकाणी पोहोचणं अशक्यच. पण भामरागडचा भिवा पाटील सतत चार वर्ष त्यांचं एक एक पिलू आणून देतो. आणली तेव्हा ती पिलं उंदराच्या पिलाएवढी लहान होती. त्यांना ड्रॉपरनं दूध पाजवून वाढविलं. मोबदल्यात भिवा पाटलांनी पाळण्यासाठी कबुतराची जोडी मागितली. ती त्याला आणून दिली.

इंद्रावती नदीत एका माडियाला उंदराएवढं हुदाळ्याचं पिलू सापडलं. ते त्यानं मला आणून दिलं. घरात ठेवलं. ते मुक्तपणे घरात संचार करी. त्याला घटसर्पाचा विकार होऊन ते मेलं.''

मी हुदाळ्याचं कातडं काढीत होतो. माझा मुलगा पिलू त्या वेळी माझ्या शेजारीच उभा होता.

''होय त्याला आम्ही पिलूच म्हणतो. त्याची आई बाळंतपणासाठी माहेरी गेली. बाळंत झाली आणि भामरागडचा पाऊस सुरू झाला. हेमलकशाच्या चारी दिशांनी बांदे, पर्ल कोटा, इंद्रावती आणि पामुल गौतमी या नद्या वाहू लागल्या की आठ महिने जगाशी संपर्क राहात नाही. म्हणून त्याच्या बारशाला मला जाता आलं नाही. तेव्हापासून आम्ही त्याला पिलू नावानं हाक मारू लागलो.''

''पण त्याचं नाव काय ठेवलंत?'' मी.

''पाळण्यात घालून त्याचं नाव ठेवलं दिगंत. साऱ्या दिशांना जिंकणारा तो दिगंत.''

# ११. शाल्मली

मी वनाधिकारी म्हणून वनात प्रवेश केला. वनवास मला कधीही विजनवासासारखा वाटला नाही. आदिवासी वृक्षांना माणसंच समजतात. फरक एवढाच की झाडांना चालता येत नाही. आदिवासींच्या पिढ्यान्‌पिढ्या वृक्षांच्या सहवासातच लहानाच्या मोठ्या होतात. वृक्षांनादेखील माणसासारख्याच भावना असतात हे जीवशास्त्रज्ञांनी सिद्ध केलं आहे.

माझा अरण्यवास झाडांच्या संगतीत आनंददायी झाला. सारीच झाडं सुंदर असतात. विविध आकाराची, रंगारूपाची, रसगंधाची, त्यांच्यात मी एखाद्या कुटुंबीयाप्रमाणं राहिलो. मित्रपरिवारातही तेच होते. प्रेमही त्यांच्यावरच केलं आणि त्यांच्याकडूनही मला ते अनेक पटीनं मिळालं. त्यामुळं मला कधी एकटं वाटलं नाही. पाखरांविषयी मला अधिक लळा. साहजिकच पळस, पांगारा आणि शाल्मली ही झाडं एखाद्या जीवलग मित्रासारखी माझ्या आयुष्यात आली. थेंबाथेंबानं तळं भरावं तसा अनुभव संचित झाला. त्या अबोल आणि अबोध अनुभवांना शब्दकळा फुटली ती या वृक्षांचा फुलोरा पाहून गाणाऱ्या पाखरांमुळं. त्या झाडांची ही स्मृतिचित्रं.

हिमालय पर्वतावर एक पुरातन विशाल शाल्मली वृक्ष होता. त्याची घनदाट सावली आसमंतात पडे. सावलीमुळं हत्तींचे कळप आणि जंगली श्वापदं त्याच्या आसऱ्याला येत. त्याच्या विपुल फुलांमुळं पाखरंही त्याच्याकडं आकर्षित होत. त्यामुळं वनाला एक विशेष रमणीय शोभा आली होती. ऋषिमुनीही त्याच्या आश्रयाला येत. त्याला पाहून तो प्रतिस्वर्गच आहे, असा भास होई.

एकदा नारदमुनी त्या भागातून जात असताना त्यांचं लक्ष शाल्मलीच्या सौंदर्यानं वेधलं. ते त्याला म्हणाले, ‘‘तरुवरा, तू वायूचं नाव कधी ऐकलं आहेस काय?’’

शाल्मलीनं उत्तर दिलं, ''नाही.''

शाल्मलीच्या उत्तरानं नारदांना आश्चर्य वाटलं. ते त्याला म्हणाले, ''अरे, तोच तर तुझं रक्षण करतो. नाही तर तू इथं दिसलाही नसतास'' नारदांनी शाल्मलीला वाऱ्याचं श्रेष्ठत्व स्पष्ट करून सांगितलं. ते म्हणाले, ''अरे, या वायूनं झंझावाताचं स्वरूप धारण केलं तर त्यामुळं नुसते वृक्षच काय; पण मोठमोठ्या पर्वतांची शिखरंदेखील डगमगू लागतात. नद्या व सरोवरं सुकू लागतात. आणि तू म्हणतोस, मी वाऱ्याचं नावदेखील ऐकलं नाही. मी त्याला तुझ्या उद्धटपणाबद्दल सांगणार आहे.''

नारदमुनींनी वाऱ्याकडं जाऊन त्याला शाल्मलीचं बोलणं जसंच्या तसं सांगितलं.

ते ऐकताच वारा संतापला. रागानं बेभान झाला आणि शाल्मली वृक्षाकडं त्याला जाब विचारण्याकरिता गेला. रागानं बेभान झालेला वारा शाल्मलीला म्हणाला, ''अरे शाल्मली, तू मला ओळखत नाहीस ना! तू माझं नावही ऐकलं नाहीस ना! थांब, मी तुला माझा परिचय करून देतो. नारदमुनींजवळ तू माझी निंदा केलीस ना? भोग त्याचं फळ. प्रजापतीनं सृष्टी निर्माण करताना तुझ्या मुळ्यांमध्ये विसावा घेतला होता म्हणून आतापर्यंत मी तुझी गयी केली. नाहीतर केव्हाच तुला चांगला धडा शिकवला असता; पण अजूनही वेळ गेलेली नाही.''

वाऱ्याचं हे बोलणं ऐकून शाल्मली वृक्षानं त्याचा उपहासच केला. त्याचक्षणी वाऱ्यानं शाल्मलीला आपल्या शक्तीचा आणि सामर्थ्याचा प्रत्यय दाखविण्याचा निश्चय केला आणि तसं त्याला बोलूनही दाखविलं.

त्या रात्री शाल्मलीला झोप लागलीच नाही. त्याची चूक त्याच्या लक्षात आली. आता त्याला त्याच्या बोलण्याचा पश्चात्ताप होऊ लागला. वेळ निघून गेली होती तरी पण त्याची बुद्धी मात्र अजून शाबूत होती. तो मनाशी म्हणाला, ''मी माझ्या बुद्धिबळानं वाऱ्याचा प्रतिकार करीन.''

शाल्मलीनं आपल्या सर्व शाखा, फांद्या, पानं मोडून तोडून गाळून टाकली. आणि तो सकाळपासूनच वायूच्या आगमनाची वाट पाहू लागला. विचारमग्न शाल्मलीपुढं वारा कधी येऊन उभा राहिला हे त्याच्या लक्षातदेखील आलं नाही. त्याचं ते विदीर्ण रूप पाहून वाऱ्याला अत्यानंद झाला. या आनंदाच्या भरात तो शाल्मलीला म्हणाला,

''अरे शाल्मली, पराभव पराभव म्हणतात तो आणखी कसला असतो? अरे, हाच तर तुझा पराभव, नुसत्या माझ्या भीतीनं तू तुझं सौंदर्य स्वतःच्या हातानं उद्‌ध्वस्त केलंस. अन् प्रचंड स्तंभासारखा नुसता उभा राहिलास.''

निर्बलानं प्रबळाशी वैर करू नये. केलं तर त्याची गत शाल्मली वृक्षासारखी होते. शाल्मली वृक्षाच्या या कथेतून महाभारतकारांना हेच सांगावयाचं आहे.

नद्या, सरोवरांच्या काठी उभे राहू आपले सहस्र बाहू पसरून आकाशाकडं पाहात असणाऱ्या या वृक्षांकडं पाहिलं की मला हे झाड प्रकाश व अंधाराचं प्रतीक वाटतं. त्याच्या मुळ्या खोल पाताळात वाढतात तर आभाळात त्याच्या सहस्रावधी पानं, फांद्या वाढत असतात. जणू तो स्वातंत्र्याचा स्तंभच वाटतो. दिसायला स्निग्ध, सुंदर. वसंत ऋतूच्या आगमनाबरोबर या पर्णहीन वृक्षावर फुलांच्या कळ्या येतात. अन् दिवसेंदिवस एखाद्या वेड्यासारखा तो बहरून जातो. फुलं इतकी सुंदर की ती पाहून मन मोहून जातं. वृक्षासारखं नित्य नवीन असं सृष्टीत काही नसावं.

ज्या कारणाकरिता मला पळस आवडतो त्याच कारणाकरिता मला शाल्मली आवडतो, हवाहवासा वाटतो. सकाळच्या वेळी फुलणाऱ्या शाल्मलीची शोभा पाहण्यात आगळा आनंद असतो. प्रारंभी नव्या कळ्यांचा बहर येतो. नंतर कळ्या दिसू लागतात. मग मुकुलांचा समूह आणि झाड रात्रीतून फुलांनी बहरून जातं.

आकाशाच्या पार्श्वभूमीवर शाल्मलीच्या छताचा सांगाडा उभा असतो. लाल रंगाची शेकडो झुंबरं लावली आहेत असं वाटू लागतं. अन् त्या झुंबरांना शोभा आणतात त्यावर लटकणारी पाखरं. बंदीपूरजवळच्या मधुमलाय अभयारण्यात मी पहाटे उठून नदीकाठी फुललेल्या शाल्मलीजवळ आडोशाला बसून त्यावर येणाऱ्या जाणाऱ्या पाखरांचं निरीक्षण करीत असे. पाखरं कुठल्या क्रमानं सावरीच्या फुलांवर मध किंवा कीटक खाण्यासाठी येतात याचं मी टिपण करीत असे. सुरुवातीला पळस-मैनांचा मोठा थवा येई. त्यांचा किलबिलाट खूप मोठा असायचा. त्या मध प्राशन करताना कुणाही पाखराला जवळपास फिरकू द्यायच्या नाहीत. मग बामणी मैना, साळुंक्या, रानमैना हजेरी लावीत. त्या कुलुकुलू आवाज करीत. मधासाठी हळूच झुंबरात चोची घालीत. कोलाहल करीत त्या निघून गेल्या की तीन-चार कोतवाल येत. एखाद-दुसरा भृंगराज असे. मधूनच पिवळ्या जर्द हरिद्र पक्ष्याची जोडी येई. बोलके बुलबुल येत. त्यातही अनेक प्रकार. लालबुड्या, पांढऱ्या गालाचा, शेंडीवाला, हिरव्या, जांभळ्या कंठाचा. असे अनेकजण यायचे. कोवळी उन्हं त्या झाडावर, फुलांवर आणि या पाखरांवर पडली की एक अभूतपूर्व रंगविलास तेथे दिसायचा. माजिठा, नारिंगी, शेवंती आणि अंजिरी वर्णाची झाक असे. हळूच कुठून तरी हिरवे तांबट येत. ते आल्याचं लक्षातही येत नसे. कारण मध प्राशन करताना ते मुळीच आवाज करीत नसत. फुलातील बुक्क्यानं त्यांच्या चोची

रंगून जात. उन्हं वाढू लागली की कावळे आणि डोमकावळे जमत. काव काव करून इतर पक्ष्यांना हुसकावून देत. एखाद्या फुललेल्या वृक्षाजवळ दुर्बीण घेऊन बसलं की रंगीबेरंगी पोषाखातील पक्ष्यांचा भव्य व शोभायमान दरबार सहज पाहता येत असे. पाखरांची पहिली ओळखण मी अशाच वृक्षांच्या सोबतीला राहून शिकलो.

गोंदिया जवळच्या दरेकसा जंगलात एका सावरीच्या वृक्षाला पिवळी जर्द फुलं येत. ती सावर फुलली की एखाद्या गुजराती नववधूसारखी सुंदर दिसे. ती पाहायला मी तिथं जाई. कांचन पक्षी त्या फुलांतील मध प्राशन करताना पाहून फुलांच्या आरशात कांचन पक्ष्याचं प्रतिबिंब पडलं आहे, असा भास होई. आपण एखादा सुंदर चेहरा पाहावा आणि तो आयुष्यभर सहज लक्षात राहावा तसा हा सोन्याचा शाल्मली माझ्या चिरस्मरणात राहिला आहे.

फुलांनी बहरलेल्या निष्पर्ण वृक्षाची आणखी एक आठवण सांजवातीसारखी मनात फुलत असते. घनदाट वृक्षाच्या छतातून शाल्मली एखाद्या मंदिराच्या घुमटासारखा वर आला आहे. सूर्य मावळला आहे. उन्हाळा असल्यानं अजूनही अंधारलं नाहीय. एक वानरी त्या वृक्षाच्या शेंड्यावर जाऊन बसलीय. ती गर्भवती आहे. मलाच भीती वाटते की वृक्षाची नाजूक फांदी तुटून ती खाली पडणार तर नाही ना! ती काही खातही नाही. मागच्या आभाळावर तिची सावली तेवढी दिसतेय. हळूहळू अंधारू लागतं. पण अजूनही ती तिथंच आहे. त्या शाखामृगीला कसले तरी डोहाळे लागले असावेत. हळूहळू आकाशात चांदण्या दिसू लागल्या. मध्यरात्रीनंतर मला जाग आली. वनविश्रामगृहाच्या गच्चीवरून मी पाहिलं. ती वानरी तिथंच बसली होती. त्या वृक्षाला चांदण्यांची लक्ष लक्ष पानं लागली होती. अन् ती पानं खुडून खाण्याचा वानरी प्रयत्न करीत होती. ते भावमुग्ध व सुंदर दृश्य मी किती तरी वेळ पाहात राहिलो.

सावरीचं लाकूड मात्र हलकं आणि मऊ असतं. जून सावरीच्या खोडात मोठमोठ्या ढोली असतात. पोखरीत घरटी करणारे पक्षी, विशेषतः पोपट आपली कोटरं यात करतात. आदिवासींचा असा समज आहे की, सावरीच्या कोटरातील पिलं बोलण्यात मोठी चतुर असतात.

पवनीजवळ नवेगावबांध जलाशयाकाठी एक सावरीचं पुरातन झाड होतं. पावसाळ्यात ते पानांनी भरगच्च भरून गेल्यावर अतिशय सुंदर दिसू लागे. वाऱ्यावादळात त्याचा सळसळ आवाज येई. कधी कधी पाऊस रिमझिम बरसे. तळ्याकाठच्या देवधानातून काळ्या भुऱ्या पांढुरक्या रंगाची वणकी वॅक वॅक करीत

शाल्मलीकडं उडत जात. तिथल्या एका पोखरीत त्यांनी घरटं केलं होतं. मादी अंड्यावर बसली होती. काळ्या पंखांना शुभ्र सफेद किनारा असलेला नर पुनः पुन्हा वृक्षाकडे घिरट्या घाली. मी बांधावर उभा राहून पावसानं ओलाचिंब होऊन त्याच्याकडे तासन तास पाहात राही.

सावरीचं खरं ऐश्वर्य मला नवेगाव उद्यानातील समृद्ध जंगलातून पाहायला मिळालं. सावरीचा पोकळ वृक्ष म्हणजे वन्य जीवाला अभय देणारं निवासस्थानच असतं. अशा वृक्षातून एखादी घोरपड ढोलीतून डोकावत असताना दिसते. तर कधी घुबडाची जोडी ढोलीच्या तोंडाजवळ बसून सांजवेळी डोळे मोडीत असते. बहरलेल्या झाडाला पाहून कुणाला अतीव आनंद होत असेल तर तो खारींना. त्या सारख्या वर-खाली आपली शेपटी उंच करून बागडत असतात. कधी तांबट पक्ष्याची जोडी कुटरू कुटरू आवाज करून सारं जंगल दुपारच्या वेळी निनादून सोडते. शोध घेऊ गेलं की आडव्या फांदीच्या कोटरातून त्यांच्या चोची तेवढ्या दिसतात.

सावरीखाली मुठीएवढ्या फुलांचा सडा पडू लागतो. रोज किती फुलतात अन् किती खाली गळतात याची गणती नसते. रात्रीच्या वेळी चितळ, सांबर, चौसिंगा, भेकरी, चिंकारा, हरणं ती फुलं खात असतात.

हळूहळू पाचूची पानं त्यावर फुटू लागली; पण एकूण पानं कमीच. त्याच्यावर हजारो पोपट येऊन बसत असल्यामुळे तो हिरव्यागार पानांनी भरलेला आहे, असा भास होई. आकाशाच्या पार्श्वभूमीवर उघड्यानागड्या फांद्या दिसत. पण त्यांची काही एक रचना होती. एक छत दुसऱ्या छतावर असल्यासारखं. या छताच्या खुणेवरून ते झाड किती वर्षांचं आहे हेही सांगता येई. काटक्याची भरड, आकारहीन अशी दोन-तीन घरटी दिसू लागायची. ती कावळ्यांचीच होती. मी जाणलं की यंदा पाऊस कमी येणार. वराहमिहिराच्या बृहत्संहितेत कावळा कोणत्या झाडावर घरटं करतो, त्यावरून पावसाचा अंदाज करता येतो असा उल्लेख आहे. कावळ्यांनी काटेरी झाडांवर घरटी केली असतील तर पाऊस कमी पडेल आणि सदापर्णी म्हणजे आंबा, करंज यासारख्या झाडांवर घरटी केली असतील तर पाऊस भरपूर पडेल असं अनुमान करता येतं.

हळूहळू सारा वृक्ष पानोळ्यांनी भरून जातो. त्याचं रूप व आकार दिवसेंदिवस बदलत जातं. झाडाखाली दाट सावली पडू लागते. तेव्हा भरदिवसा रानगव्यांचा एखादा कळप डोळे झाकून, शेपटीनं माशा मारीत स्वस्थ झोपलेला असतो.

वैशाखात शाल्मलीला फळं धरू लागतात. सुरुवातीला ती हिरवी असतात. एखाद्या नाजूक बोटासारखी. नंतर ती मोठी होऊ लागतात. इतकी की त्यांचं ओझं देठाला पेलवत नाही. तेव्हा ती फुटू लागतात. त्यातून 'म्हातार्‍या' जिकडे तिकडे उडू लागतात. लहानपणी त्या म्हातार्‍या पकडण्याचा खेळ आम्ही भर उन्हात खेळत असू. वृक्षाच्या पानांवर हा कापूस पसरतो. अन् वृक्ष मोठा सुंदर दिसू लागतो.

मावळात शाल्मलीची खूप झाडं आहेत. ती पाहून मी एक गाथा लिहून ठेवली आहे.

''राब पेटले आहेत. धूम्रवलयं वातावरणात घोटाळत आहेत. सृष्टी तापली आहे. तिच्या उच्छ्वासानं शाल्मलीचा कापूस आकाशात उडत आहे. तिची वेदना अनंत आहे.''

शाल्मलीच्या ढोलीत सातपुड्या नावाच्या मधमाशा मोहळ करतात. बारीक छिद्रातून त्या ढोलीत प्रवेश करतात. त्या वेळी त्यांची गुणगुण मोठी नादमधुर असते.

आता शहरानजीक ही झाडं फारशी दिसत नाहीत. जंगलातूनही ती उत्तरोत्तर कमी कमी होत आहेत. राखीव जंगलातील पुरातन झाडं आगपेट्यांच्या काड्यांसाठी तोडली जात आहेत. नवीन लागवडही फारशी होत नाही. मध्यप्रदेशातील मुरिया आदिवासी जेव्हा नवीन गाव वसवतात तेव्हा सर्वांत अगोदर गावच्या मध्यभागी सावरीचं झाड लावतात. पिंपळाच्या वृक्षाप्रमाणं सावरीचं आयुष्यही दीर्घ आहे. एक हजार वर्षांपूर्वीची सावरीची पुरातन झाडं आढळून आली आहेत. सावरीची झाडं गावच्या हद्दीवर लावण्याची प्रथा असल्याचा उल्लेख कौटिल्याच्या अर्थशास्त्रात आहे. त्यामुळं पूर्वी ही झाडं गावात तशीच माळरानावर दिसायची.

नवेगावबांध राष्ट्रीय उद्यानातील बोदराईजवळच्या एखाद्या शाल्मली वृक्षाजवळ बसलो की मला बाणभट्टांची कादंबरी आठवते. उत्कृष्ट गद्यकाव्यग्रंथ व पहिल्या प्रतीची कादंबरी या दोन्ही दृष्टींनी जगातील वाङ्मयात ती श्रेष्ठ आहे. त्यातील निसर्गवर्णनं अद्‌भुतरम्य असली तरी ती प्रत्यंकारी आहेत.

बाणभट्टांनी त्यांच्या कादंबरीच्या कथानकाला प्रारंभ शाल्मली वृक्षापासून व त्यावर राहणार्‍या पोपटापासूनच केला आहे. पोपटापासून सुरू झालेली ही दीर्घकथा वाचकांस कुठच्या कुठं घेऊन जाते.

अशा ऐश्वर्यशाली शाल्मलीचा मृत्यू पाहण्याचं दुर्भाग्य माझ्या नशिबी आलं. ज्या शेतकर्‍याच्या शेतात ते झाड होतं त्यानं त्याच्याभोवती करवा घातला. ते

हळूहळू मृत होऊ लागलं. दुसऱ्या वर्षी ते सुकलं, तेव्हा त्यानं ते पेटवून दिलं. वृक्ष जेव्हा पेट घेतो तेव्हा ते दृश्य विस्मयजनक वाटतं. तो वृक्ष सतत चार दिवस जळत होता. त्याच्या प्रकाशानं सारं आभाळ उजळलं होतं. अन् जेव्हा तो वृक्ष उन्मळून खाली पडला तेव्हा त्याचा प्रतिध्वनी बोदराईच्या डोंगरातील काळ्याकुट्ट अंधारात उमटला. तळ्यातील पाणीदेखील कंपित झालं. ते दृश्य अत्यंत विस्मयजनक आणि सहजासहजी कोणाचाही विश्वास बसणार नाही असंच होतं.

# १२. पक्षिनिरीक्षण

सर्व प्राणिसृष्टीत माणसाला पक्ष्यांचं जग फार आवडतं. का आवडतं याचं उत्तर अजून तरी कुणाला समाधानकारक देता आलं नाही. पक्षी नेहमीच आपल्या सभोवती दिसतात. अनेकांना असाही प्रश्न पडतो की जंगली प्राण्यांपेक्षा पक्षी अधिक का दिसतात. कारण जंगली जनावरं प्रामुख्यानं रात्री हिंडणारी असल्यामुळे दिवसा झुडपात विसावा घेत असतात. पक्षी आपले व्यवहार दिवसा करतात. त्यांना माणसाची भीती वाटत नाही. फुलं आणि पाखरं दोन्हीही सुंदर. पण दोघांत एक फरक आहे. पाखरांना उडता येतं तर फुलं स्थिर असतात. पाखरांना गाता येतं पण फुलं मात्र बोलू शकत नाहीत. म्हणून आपणाला पक्षी अधिक आवडत असावेत.

अनेक क्षेत्रांतील व्यक्ती पक्षिनिरीक्षण करतात. त्यात राजकारणी, पोलीस अधिकारी, मुलकी अधिकारी, सैनिकी अधिकारी, डॉक्टर, इंजिनीअर, शिक्षक आणि शेतकरीही असतात.

या सर्वांना पक्षिनिरीक्षणात रस का वाटतो याची कारणेही वेगवेगळी असतात. काहींना विचारलं तर त्यांना नेमकं उत्तरही देता येणार नाही. कोणी म्हणतील पक्ष्यांचा आकार, त्यांचे रंग, त्यांची गाणी, त्यांची निवासस्थानं त्यांना फार आवडतात. कुणी त्यावर कविता लिहितात, तर कोणाला त्यांच्या शास्त्रीय अभ्यासात रस असतो. परंतु मी मात्र सर्वांची सांगड घातली आहे.

पक्षिनिरीक्षण का करायचं हे सांगितलं. आता ते कसं करायचं हे जाणून घेऊ. “WHICH IS IT” या एका इंग्रजी सूत्रानं मी ते लक्षात ठेवलं आहे. त्यामुळं तुमचाही हेतू सफल होणार आहे.

या सूत्राचं स्पष्टीकरण थोडक्यात पुढीलप्रमाणे करता येईल.

**W** - Which and When- स्थळ आणि तारीख

**H** - Habitat- निवासस्थान म्हणजे जंगल, दलदल, कुरण इत्यादी.

**I** - Impression- विश्रांती घेतोय की हालचाल करतोय.

**C** - Comparison- चिमणी, मैना, कावळा आणि घार या सामान्य पक्ष्यांशी तुलना करा.

**H** - Habit - सवयी

**I** - Identification- विशेष चिन्हे– अंगावरील पट्टे, रेघा, ठिपके लक्षात ठेवा

**S** - Sound- पक्ष्यांचा आवाज ऐका. शक्यतो शब्दांकित करा.

**I** - Important details- पाय, बोटे, चोचीचा आकार, रंगाचा तपशील वगैरे.

**T** - Tail and Wings- आकार, लांबी आणि रचनेची वैशिष्ट्ये द्या.

पक्ष्यांची ओळखण करायला डॉ. सालिम अली यांच्या 'दि बुक ऑफ इंडियन बर्डस' या सचित्र पुस्तकाचा उपयोग करायला विसरू नये. परंतु गुरूशिवाय ज्ञान प्राप्त होत नाही, हेही तितकंच खरं आहे. सुरुवातीला प्रात्यक्षिक मार्गदर्शनाची आवश्यकता असते. एखाद्या महिन्यात तुम्हाला पक्ष्याची ओळखण करता येऊ लागेल. हा झाला पक्षिनिरीक्षणाचा पहिला टप्पा.

आता यापुढं तुम्हाला जाता आलं पाहिजे. ते कसं जायचं ते पाहू.

यासाठी पुढील पूर्वतयारी करावी लागेल. कपडे असे वापरा की ते आजूबाजूच्या वातावरणाशी एकरूप झाले पाहिजेत. खाकी कपडे सर्वात चांगले. पायात मजबूत बूट असावेत. गर्दी करून पक्षिनिरीक्षणाला गेलात तर फारसं काही हाती लागणार नाही. म्हणून एकट्यानं पक्षिनिरीक्षणाला जावं. तुमच्या इतकाच पक्षिनिरीक्षणात रस असलेला मित्र बरोबर असला तर चालेल; परंतु त्यानं तुमच्याबरोबर बडबड न करता शांतपणं चाललं पाहिजे. पक्षिनिरीक्षणाला गेल्यावर सतत अवधान ठेवावं लागतं.

पक्षिनिरीक्षणाला सकाळची वेळ उत्तम. पक्ष्याचं निरीक्षण करावयाचे म्हणजे तुमच्याजवळ अत्यंत महत्त्वाची वस्तू म्हणजे दुर्बीण ही जवळ हवीच. त्याकरिता 10 X 40 मॅग्निफिकेशन दुर्बिणीची आवश्यकता आहे. त्यामुळं पंखांच्या रंगातील विविधता सहज पाहता येते. पक्ष्यांविषयीचे अतिशय दुर्मीळ असे अवलोकन केवळ हाताशी दुर्बीण नसल्यानं कायमचं निसटून जाऊ शकतं. म्हणून दुर्बीण सतत गळ्यात असू द्यावी. दिवसभर सतत चालूनही दिसणार नाहीत एवढे पक्षी एखाद्या निवाऱ्याला बसून तासभरात पाहता येतील. निरीक्षणासाठी जागा निवडताना तेथून

दूरवरचे क्षेत्र दृष्टीच्या टप्प्यात यावे. पण त्याच वेळी तुम्ही मात्र पाखराला दिसू नये एवढी काळजी घ्यावी.

विहंगावलोकन करताना पाठ सूर्याकडे असावी. त्यामुळं पक्ष्यांचे सारे चित्रविचित्र रंग स्पष्टपणे दिसतात. जे निरीक्षण केले आहे त्याचे टिपण नोंदण्याकरिता नोंदवही जवळ ठेवणंही अत्यावश्यक आहे. शक्य असल्यास पक्ष्यांची रेखाटनं काढता आली तर उत्तमच. स्थळ, काळ आणि तारखेचा उल्लेखही न विसरता अवश्य करावा. काही काळानंतर तुम्हाला असं आढळून येईल की नोंदवहीत आश्चर्यकारक, विविध अशी माहिती गोळा झाली आहे.

निरीक्षणस्थळावर लपण बांधणं मोठं उपयुक्त ठरतं. जंगलाच्या कडेला सावली आणि झुडपं असलेल्या ठिकाणी लपणाची जागा निवडावी. सुकलेल्या फांद्या, नेचे अथवा देवनळांनी लपण झाकून टाकावं. मग निर्धास्तपणे लपणाच्या छिद्रातून पक्षिनिरीक्षण करता येतं. समुद्रकिनारी पक्षिनिरीक्षण करताना मी पुळणीत खड्डा करून त्यावर बांबूचं जुनं टोपलं पालथं घालून त्यात बसत असे. समुद्रातून किनाऱ्यावर वाहात आलेल्या वनस्पतीनं टोपली झाकून टाकीत असे. अशा रंगगोपनामुळं आपलं अस्तित्व पाखरांच्या लक्षात येत नाही. एक मात्र ध्यानात असू द्यावं की जशी संगीताला बैठक लागते तशीच पक्षिनिरीक्षणालाही ती तितकीच आवश्यक आहे.

पक्षिनिरीक्षणासाठी ऋतुमानाप्रमाणं मी पाखरांच्या झाडांची निवड़ करायचा. झाड म्हणजे पाखरांचा स्थिर निवारा. बाहूसारख्या पसरलेल्या फांद्या सर्व पक्ष्यांना जवळ बोलावीत असतात. झाडांना चालता येत नाही म्हणून पक्षीच त्यांच्याकडे जात असतात.

पाखरं आणि झाडं म्हणजे एक जिवंत शिल्प आहे. त्यांच्यात कधीही न तुटणारं नातं आहे. वृक्षाकडे झेप घेणारी पाखरं, वृक्षापासून दूर जाणारी पाखरं, शांत वृक्षावर गाणारी पाखरं, ही सारी दृश्यं म्हणजे सृष्टीतील काव्यच आहे.

शाल्मली, शेवरी, जास्वंद, भेंडी, तांबडीपून, काकड, शेवगा, पांगारा, पळस, गुलमोहर, संदेसरा, कांचन, आपटा, बाभूळ, हादगा, कुंभा, आकाशनिंब, शिवण, नारळ हे वृक्ष आणि खाजकुहिली, धावस, उक्षी, रुई, आडुळसा, डुरांटा, बांडगुळे या झुडुपी वनस्पतींचा पक्ष्यांशी अन्योन्य संबंध आहे. जवळजवळ ५०-६० प्रकारचे पक्षी या वृक्ष-वनस्पतींना फुलोरा आला की फुलांमधील मध चाखण्यासाठी भेटी देतात. परंतु सर्वात अधिक पक्षी शाल्मली, पांगारा आणि पळसाच्या फुलांवर जमतात. मैना, भोरड्या, साळुंक्या, पोपट, कोतवाल,

भृंगराज, हरिद्र, बुलबुल, तांबट, सूर्यपक्षी, फुलटोचा, कावळा, डोमकावळा अशा कितीतरी पक्ष्यांचा इथं दरबार भरलेला असतो.

पाखरं जशी झाडांवरील फुलांवर त्यांतील मध चाखण्यासाठी गोळा होतात तशीच ती वृक्षांची फळं खाण्याकरिताही झाडांवर गोळा होतात. वड, पिंपळ, पाखड, औदुंबर, पिंपरण, नांदुरकी यांना मे-जून महिन्यात फळांचा बहर आला की हरोळ्या, तांबट, हरिद्र, धनेश, पोपट, बुलबुल असे कितीतरी पक्षी फळं खाण्याकरिता झाडांवर एकत्रित नांदतात. आमच्या बागेतील तुती आणि चायना बेरीची झाडं फळली की ती झाडं अक्षरशः पाखरांनी फुलून जातात.

पहिला पाऊस पडताच मी एखाद्या वारुळाजवळच्या झाडाआड बसून राहायचा. त्या वारुळातून पंख फुटलेली वाळवी विणीसाठी बाहेर पडू लागली की कीटक खाणारे पक्षी त्याभोवती उडू लागत. पाकोळ्या, कोतवाल, भारद्वाज, मैना, कोकीळ, पावश्या असे अनेक पक्षी तिथं वाळवीची मेजवानी घेताना दिसायचे.

बागा आणि जंगलातील पुरातन वृक्षांवर समृद्ध असं पक्षिजीवन नांदत असतं. घुबड, कावळे, ससाणा, हुडी मैना, धनेश यांनी एकाच झाडावर घरटी बांधलेली मी पहिली आहेत. इटिया डोहाच्या काही टेकड्या पाण्याखाली बुडाल्यावर त्यावरील जून झाडं वर्षानुवर्ष पाण्यात राहिल्यामुळं मेली. पण त्यांच्या पोकळीत रानकबुतरं नियमित घरटी करून अंडी घालावयाची. तसेच अडई आणि वणकी या रानबदकांची वीणही त्या झाडाच्या ढोलीतच होई.

असाच एकदा एक बहिरी ससाणा सोनपाठी सुतार पक्ष्याचा पाठलाग करीत असता झाडाच्या ढोलीत शिरला. झाड खालपासून वरपर्यंत पोकळ होतं. त्याला अनेक छिद्रं होती. अशाच एका छिद्रातून सुतार पक्षी आपलं डोकं बाहेर काढून ससाण्याकडे पाहात असताना ससाण्यानं त्याच्यावर वेगानं झडप घालताच तो सुतार पक्षी एवढ्या मोठ्यानं ओरडला की त्याची पिसं जिवंतपणीच कुणी उपटून काढीत आहे!

जंगलातून जात असताना नदीकाठच्या एका उंच शाल्मली वृक्षानं माझं लक्ष वेधून घेतलं ते त्याभोवती उडणाऱ्या हिरव्यागार करणपोपटांनी. कुतूहलानं जवळ जाऊन पाहिलं तर एकावर एक अशी सहा गोल छिद्रं दिसली. त्यात पोपटांनी घरटी केली होती. चारा घेऊन पोपट झाडाजवळ येताच त्यातून ती गोजिरवाणी पिलं डोकावत.

असे विविध अनुभव पक्षिनिरीक्षण करीत असताना माझ्यासारखेच आपल्यालाही अनुभवाला येतील.

पक्षिनिरीक्षणाचं तंत्र मला अगवत होतं. त्यानुसार मी पक्षिनिरीक्षण करी. परंतु माझ्या पक्षिनिरीक्षणात जी प्रगल्भता आणि व्यापकता आली ती डॉ. सलीम अलींनी कनाळा पक्षी अभयारण्यात पक्षिनिरीक्षणाचे प्रत्यक्ष पाठ देऊन जे पक्षिनिरीक्षण घडविलं त्यामुळंच. त्याचा सविस्तर तपशील आपल्याही मार्गदर्शनासाठी उद्बोधक होईल.

थंडी संपत आली होती आणि उन्हाळ्याची चाहूल लागली होती. डॉ. सालिम अली आणि मी पक्षिनिरीक्षणासाठी रानात फिरत असताना आम्हाला समोरून एक पक्षी उडताना दिसला. तसा पक्षी पूर्वी पाहिला नसल्यानं मी डॉक्टरसाहेबांना कुतूहलानं विचारलं.

''सर, हा कोणता पक्षी?''

''हा बहिरी ससाणा आहे.''

''सर, हा पक्षी शिकारी पक्षी आहे ना?''

''होय. तुमचं म्हणणं बरोबर आहे.''

''पण डॉक्टसाहेब, आपण त्याला कसं ओळखलं?''

''त्याच्या उडण्याच्या लकबीवरून तो दिसताक्षणीच लक्षात येतो.''

''सर, हे जरा स्पष्ट करून सांगा ना.''

जंगलात जिथं झाडं नसतात अशा उघड्या जागा त्याला फार आवडतात. अशा ठिकाणच्या झुडपांवरून किंवा गवतावरून तो जमिनीलगत आपल्या भक्ष्यांचा मागोवा घेत जमिनीला समांतर उडता उडता मध्येच झडप मारून लहान पक्ष्यांचा वेध घेतो. ही त्याची प्रथम ओळख झाल्यावर त्याच्या रंग आणि आकाराचं निरीक्षण करावं.

डॉक्टरसाहेब मला बहिरी ससाण्याबद्दल सांगत असतानाच त्याच्याच सारखा दिसणारा एक पक्षी त्याला येऊन मिळाला. ते एकमेकांचा पाठलाग करीत होते.

सर म्हणाले, ''पाहिला का नरमादीचा जोडा?''

''पण तो कसा ओळखायचा?''

''या पक्षात मादी नरापेक्षा आकारानं मोठी असते. तिचा रंग आपण सांगा पाहू.''

''वरील अंगाचा रंग तपकिरी. खालचा रंग राखट पांढरा, त्यावर पिंगट काळ्या रंगाच्या रेखा.''

''बरोबर आहे.''

इतक्यात तिनं बाणाच्या वेगानं मैनेएवढ्या पक्ष्याचा वेध घेतला. त्याला आपल्या पंजात पकडून ती झुडपात दिसेनाशी झाली.

ही घटना घडली त्या ठिकाणी थोड्या वेळानं जाऊन त्या पक्ष्याचा शोध करण्याचं आम्ही ठरविलं. त्या बहिरी ससाण्याचा शोध घेतला. तो कुठंच दिसला नाही. एका झाडाच्या खुंटाखाली मात्र पाखराची पिसं आणि एक मेलेला पक्षी उताणा पडलेला होता. आम्ही त्याचं जवळ जाऊन निरीक्षण केलं. त्याचं डोकं आणि छातीचा भाग खाल्लेला होता. खाली पडलेल्या पिसांवर तीक्ष्ण चोचीच्या खुणा दिसत होत्या.

''सर, हे कोणत्या पक्ष्याचं काम?''

''हे त्या बहिरी ससाण्याचंच काम.'' ते पुढं सांगू लागले, ''पाखराची शिकार मिळताच तो अशा झाडाच्या खुंटावर येऊन बसतो. त्या पाखरांची पिसं चोचीनं काढतो. नंतर त्याच्या डोक्याचं आणि छातीचं मांस चोचीनं खातो.''

तो मृत पक्षी हातात धरून खाली वर करून पाहिला. त्याचं डोकं खाल्लेलं असल्यानं तो मला काही केल्या ओळखता येईना. मी प्रश्नार्थक चेहऱ्यानं त्यांच्याकडे पाहिलं. ते म्हणाले,

''ही पळसमैना आहे.'' तिथं आणखीही इतर पक्ष्यांची विविध रंगांची पिसं विखुरलेली होती. कुठं चोचीचा भाग होता तर कुठं एखादा पंख होता. तर कुठं पायाचे अवशेष होते.

त्या पिसांकडे पाहून ते सांगू लागले, ''ही पिवळी-काळी पिसं आहेत ती सोनपाठी सुताराची. ही निळी दिसतात ती खंड्याची. चोच असलेला मस्तकाचा अवशेष दिसतो तो वेड्या राघूचा.''

मी ते सर्व अवशेष चिमट्यानं एका प्लॅस्टिकच्या पिशवीत जमा केले, आणि हॅवरसॅकमध्ये ठेवले. ते सर्व अवशेष एका ड्रॉईंग पेपरवर चिकटपट्टीनं लावायला सांगून ते म्हणाले, ''हळूहळू अशा अवशेषांचा संग्रह करावा. भविष्यात असे अवशेष दिसले तर त्या त्या पाखराची सहज ओळखण करायला साहाय्य होईल. आता या पळसमैनेचा पंख कापून कागदावर चिकटवा.''

त्यांच्या सूचनेप्रमाणं सर्व करून मी त्यांना विचारलं, ''सर, आता त्या बहिरी ससाण्याला पुन्हा शोधून काढता येईल काय?''

''करूया प्रयत्न. तो जवळपासच्या एखाद्या सावलीच्या झाडावर बसलेला असावा.''

आम्ही आजूबाजूच्या सावलीच्या झाडाखालून बराच वेळ त्याला शोधीत होतो. एका ठिकाणी डॉ. सालिम अलींना लहान आकाराचे कवर पडलेले दिसले. ते पाहून डॉक्टरसाहेब पुढं सांगू लागले,

''जी हाडं आणि केस पचत नाहीत ते सारं पिसाचं आवरण असलेल्या गोळ्यांच्या स्वरूपात तो चोचीवाटे फेकून देतो.''

मी ते गोळे चिमट्यानं धरून त्यांचं निरीक्षण करून ते देखील एका प्लॅस्टिकच्या पिशवीत ठेवून दिले.

डॉ. सालिम अली पुढं म्हणाले, ''बहिरी ससाण्याची विश्रांतीसाठी आवडती झाडं असतात. तिथं बसून तो दुपारच्या उन्हाच्या वेळी विसावा घेतो. त्याच वेळी हे गोळे तो खाली फेकतो.''

इतका वेळ आम्ही झाडाखाली फिरत असताना तो बहिरी ससाणाही तिथंच होता. नंतर मात्र आमच्या आवाजाला घाबरून तो तिथून हळूच उडून गेला.

बहिरी ससाण्याचं निरीक्षण करण्या इतका आनंद क्वचितच इतर पक्षी पाहताना मिळतो.

तो उंच उंच आकाशात जात होता. नंतर पंख आणि शेपटीची पिसं पसरून बराच वेळ उन्हं खात उडत होता. तो जंगलातून वळणा वळणानं झाडाझाडांतून चपळाईनं उडे. एखादं झाड टाळण्यासाठी डौलदार वळण घेई.

डॉ. सालिम अली पुन्हा बहिरी ससाण्याबद्दल माहिती सांगू लागले.

''प्रामुख्यानं त्याचं भक्ष्य छोटे पक्षी आणि उंदीर असले तरी जेव्हा भूक लागते तेव्हा त्याच्या आकाराएवढ्या पक्ष्यावर झडप घालायला तो भीत नाही. त्याच्या या शौर्यामुळंच त्याला बादशहा म्हणजे पक्ष्यांचा राजा म्हणून संबोधलं जातं. मोगल काळात या पाखरांचा उपयोग पक्ष्यांची शिकार करण्याच्या कामी करीत.''

बहिरी ससाण्याचा मागोवा घेत घेत जंगलात भटकत असताना आम्हाला वेळेचं भान राहिलं नाही. घड्याळाकडे पाहिलं तर दीड वाजला होता. आम्ही दोघंही वनविश्रामगृहाकडे परतलो.

अनेकांना दूरवर रानावनात पक्षिनिरीक्षणासाठी जाणं शक्य होत नाही. अशा परिस्थितीतही पक्षिनिरीक्षण सहज शक्य आहे.

आपल्या घरासमोरील बागेत पक्ष्यांसाठी चारा ठेवता आला तर तो चारा खाण्यासाठी पक्षी तेथे जमू शकतील. याकरिता बागेत 'बर्ड टेबल' ठेवणं आवश्यक आहे. चार फूट उंच वाशावर दीड बाय दीड फूट आकाराची फळी ठोकावी. फळीच्या काठांना पट्टी मारावी म्हणजे चारा इकडे तिकडे पसरून वाया जाणार

नाही. मी माझ्या निवासस्थानासमोरील बागेत अशा प्रकारचा 'बर्ड टेबल' ठेवून त्यात कोदो, कुटकी, भरडलेला गहू आणि चणा याचं मिश्रण तसंच ब्रेडचे तुकडे पण ठेवायचा. तिथं विविध प्रकारचे पारवे, कवड्या, मनोल्या, दयाळ आणि रॉबिन पक्षी यायचे. पक्ष्यांना आकर्षित करण्याकरिता मी आणखी एक युक्ती करायचा. तारेच्या जाळीचं नळकांडं करून ते झाडाला टांगून द्यायचा. त्यात भुईमूग अथवा वाटाण्याच्या शेंगा भरायचा. ते खायला टिटसारखे पक्षी यायचे. एकदा तर सुतार पक्षी देखील तिथं चरायला आला.

सकाळी उठून बर्ड टेबलकडे पाहिलं की खाली जमिनीवर पारवे, पाणकोंबड्या, लावा आणि तितिर चरताना दिसायचे. उन्हाळ्यात शिंकं झाडाला टांगून त्यात पाण्यानं भरलेले परळ ठेवायचा. ते थंडगार पाणी प्यायला कितीतरी तहानलेले पक्षी यायचे. त्यांना पाहणं मोठं आनंददायक असे.

पाखरांना अन्नपाणी अवश्य द्यावं. निवाऱ्यासाठी कृत्रिम घरटी झाडाच्या बुंध्यांना अवश्य लावावीत. मी बागेतील झाडांवर लावलेली घरटी जमिनीपासून ९ फूट उंचावर होती. देवदाराची खोकी मी विकत आणून घरट्याचे नमुने करायचा. जर देवदाराच्या फळ्या मिळाल्या नाहीत तर डालडाचे डबे, नारळाच्या करवंट्या, पाइपाचे तुकडे, बांबूच्या टोपल्या, मातीच्या कुंड्या आणि भोपळ्याचा उपयोग करी.

सुरुवातीला तिथं राहायला खारी येतील. तुम्हाला त्या अविडल्या तर ठीकच, नाहीतर त्यांची घरटी लगेच काढून टाकावीत. कधी कधी त्यात उंदरांची पिलं वाढताना दिसतील. ती नष्ट करावीत. नंतर तिथं दयाळ येईल. मैना डोकावू लागेल, पोपट आणि नीळकंठ येतील. घरटी करू लागतील. अंडी देतील. घरट्यावरचं झाकण उघडता झाकता यावं म्हणजे ते उघडून आतील निरीक्षण सहज करता येईल. संध्याकाळच्या वेळी घुबडं येतील. पिंगळे येतील. याप्रमाणं घराच्या समोरच्या बगीच्यात किंवा मोकळ्या जागेत वरीलप्रमाणे व्यवस्था करून पक्षिनिरीक्षण करता येईल.

मी बागेत वेताची खुर्ची टाकून या पक्ष्यांकडे तासन तास पाहात राही. वेळ कसा गेला हे लक्षातही येत नसे.

आज अनेक शहरांतून पक्षिनिरीक्षण करणाऱ्या संस्था निर्माण झाल्या आहेत. त्यामुळं आबालवृद्धांत पक्षिनिरीक्षणाची आवड निर्माण होत आहे. अनेक हौशी तरुण आपला सुटीचा दिवस पक्षिनिरीक्षणात घालवून प्रसन्न मनानं आणि उत्साहानं पुन्हा कामाला प्रारंभ करीत असल्याचंही आढळून येतं.

निवृत्त झालेल्यांना आणि आबालवृद्धांना दिवस कसा घालवावा ही फार मोठी समस्या असते. त्यांनी पक्षिनिरीक्षणाचा छंद जोपासल्यास वेळ कसा निघून जातो हे त्यांना कळणारही नाही. त्यामुळे आरोग्य चांगलं राहून मनही प्रसन्न राहील. विशेष म्हणजे घरापासूनही जरा अलिप्त राहता येईल.

निसर्गातील पक्षिनिरीक्षण म्हणजे ध्यानधारणाच आहे. ते सतत केल्यास हळूहळू आध्यात्मिक प्रवृत्तीही वाढू लागेल.

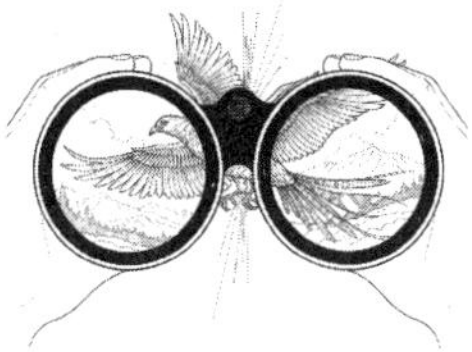

# १३. पांगारा

स्त्री-पुरुषांना काव्यमय नावं द्यावीत ती बंगाल्यांनी. झाडांना लाडकी नावं ठेवावीत ती वृक्षप्रेमी साहेबांनी. पळसाला- दि फ्लेम ऑफ फॉरेस्ट, शाल्मलीला- सिल्क कॉटन ट्री तर पांगाऱ्याला- कोरल ट्री. पण बंगाली देखील झाडांना नावं देण्यात साहेबांपेक्षा मागे नाहीत. माझ्यासारख्या दिवावेड्या माणसाला त्याचं पलीतामंदार हे नाव खूप आवडलं.

मराठी माणूस नाव देण्यात जरा रानदांडगाच. पांगुळ वेलींना आधार देणारा तो पांगारा. त्यांना जसं दिसलं तसं त्यांनी म्हटलं. यात त्यांचा काय दोष? श्रीसमर्थ रामदासांनी परळी येथे मठ बांधल्यावर त्याप्रसंगी आपल्या शिष्यांना बागेमध्ये कोणती झाडं लावावीत हे विस्तारानं प्रासंगिक बाग प्रकरणातून सांगितलं आहे. त्यात 'काटेशेवरी, पांगारे' यांचादेखील उल्लेख आहे.

गेली दोन तपं मी जंगलात फिरतोय; पण मध्यम आकाराच्या जलद वाढणाऱ्या, विपुल फांद्या व भरगच्च पानोळा असलेल्या या झाडानं माझं लक्ष कधी वेधलंच नाही. वनशास्त्राच्या दृष्टीनं ते कुचकामी म्हणून याच्या वाटेला मी कधी गेलोही नाही.

एकदा सिमल्याला जाताना मी चंदीगडला उतरलो. चंदीगड हे हिरवं शहर. मला ते फार आवडलं. तिथली वास्तुशिल्पं, उद्यानं, बागा पाहण्यासारख्या आहेत. शहरातल्या रुंद रस्त्याच्या कडेनं भटकताना दुतर्फा लावलेल्या पांगाऱ्याच्या वृक्षांनी माझं लक्ष वेधलं. त्याला लागलेली पोवळ्या रंगाची देखणी फुलं पाहातच राहिलो. समूहातलं त्यांचं हे अप्रतिम सौंदर्य त्यापूर्वी जंगलात फिरताना एकटंदुकटं झाड पाहून कधी भावलं नव्हतं. रुंद रस्ते. मधोमध लावलेली फुलझाडं. फुललेल्या पांगाऱ्याच्या विरळ झाडांतून रस्त्याच्या कडेला हारीनं असलेले बंगले. त्या बंगल्यांच्या सुंदर बागांतून फिरणाऱ्या रूपवती ललना. त्यांच्या पोशाखाच्या कितीतरी तऱ्हा. किती रंग. ते दृश्य एखाद्या फिंच पक्ष्यांच्या समूहासारखं भासे.

फुललेल्या पांगाऱ्याच्या झरोक्यातून हे नयनमनोहर दृश्य पाहातच मी वाटचाल केली. या पोवळ्याच्या फुलांच्या आठवणी मनात घेऊनच सिमल्याच्या घाटरस्त्यानं प्रवास केला. फुलं पाहिली की सुंदर चेहरे आठवत. सुंदर चेहरे आठवले की फुलांच्या आठवणी येत.

निलगिरी, वायनाड, म्हैसूर, कुर्ग, मलबार आणि कोईमतूर येथील चहा-कॉफी, वेलदोडे व मिरीच्या लागवडीत पांगाऱ्याच्या राई पाहणं माझा दक्षिणेकडील प्रवासात छंदच झाला. कॉफी, चहा, वेलदोडे व मिरी या वनस्पतींना सूर्याच्या सरळ किरणांचा प्रकाश अनुकूल नसतो. त्याला सावली लागते. मायेचं झाड लागतं. पाझरलेला प्रकाश लागतो. तो प्रकाश त्यांना पांगाऱ्याच्या पानोळ्यातून मिळतो. हा वृक्ष जसा सावली देतो तसा द्राक्षं, पानवेली, भोपळा व इतर वेलींना आधार देतो म्हणून शेतात लावतात. पांगारा हे शिंबी गणातील असल्यामुळं त्याच्या मुळ्या जमिनीचा पोत व कस वाढवितात, कारण त्या मुळ्यांपासून विपुल नत्र मिळतं.

श्रावणात हे वृक्ष पानांनी गच्च भरून जातात. या महिन्यातील कोवळी उन्हं त्यांच्या पानोळ्यांवर पडली की ते फार सुंदर दिसतात. त्रिदलातून, हिरव्या लोलकातून प्रकाश पाझरावा तसा प्रकाश झिरपत असतो.

मला अजूनही आठवतं. हिवाळ्यात मी कुर्गच्या जंगलातील कॉफीच्या लागवडीतून पक्षी पाहात असे. कॉफीला लाल बोंड आलेली असत. कुर्गी मुली कॉफीच्या पानाआडून फळं वेचीत असत. पपिया पांगाऱ्याच्या पानोळ्यातून गात असायच्या. पपियांच्या मंजुळ गीतांचा आस्वाद घेण्याची रसिकता या मुलींमध्ये असेल काय, असा प्रश्न माझ्या मनात उभा राही.

कॉफीचा पांढरा फुलोरा फुललेला असायचा. त्याचा सुगंध जिकडे तिकडे दरवळलेला असायचा. मधमाशांची गुणगुण कानी पडायची. मध्येच एखादं पानगळीला आलेलं पान वाऱ्याविना हलायचं. ते मला खुणवत असल्याचा भास होई. ते पान पांगाऱ्याच्या काट्यांनी फाटून तर जाणार नाही ना अशी शंका डोकावून जायची, पण तसं होत नसे.

शेतीला कुंपण म्हणून पांगाऱ्याचं सहा-सात फुटी डांब जमिनीत गाडतात. त्याला काटेरी तार ठोकून दिली की झालं जिवंत कुंपण. डांबांना पावसाळ्यात पानं फुटू लागतात. जमिनीत मुळ्या धरतात. शेताचं दुहेरी रक्षण एक भटक्या गुरांपासून तर दुसरं वारा-वादळ थोपविण्यासाठी.

एकदा कामानिमित्त पुण्याला गेलो असताना एक आश्रम पाहण्याचा योग आला. तेथील वृक्षांच्या लागवडीत उपयुक्तता आणि कलात्मकता यांचा मनोहर

संगम आढळून येत होता. पांगारा, सुबाभूळ अशा जलद वाढणाऱ्या वृक्षांची निवड केलेली दिसली. तशीच सावली देणारी आणि विविध ऋतूंत फुलांनी बहरून जाणारीही झाडं आश्रमाच्या परिसरात ओळीनं लावलेली दिसली. त्यात विविधता होती. पांगारा, सुपारी, नारळ, बदाम अशी कितीतरी झाडं.

ते वसंतऋतूचे दिवस होते. आश्रमातील पांगारा फुलला होता. त्यावरं नानाविध पाखरांचा किलबिलाट चालूच होता. कोकिळांचा मधुर स्वर वातावरणात माधुर्य आणत होता. श्रीसमर्थ रामदास स्वामींनी वर्णन केलेलं बाग प्रकरण आपण प्रत्यक्षातच पाहात आहोत असं जाणवलं. अशा शांत आणि रम्य वातावरणातील आश्रमानं आणि परिसरानं तिथं जाणाऱ्या प्रत्येकाचीच चित्तवृत्ती शांत आणि प्रसन्न झाल्याशिवाय राहणार नाही.

नंतरच्या काळात एकटा दुकटा जंगलातील पांगाराही मला आवडू लागला. जंगलातील पांगाऱ्याची झाडं मी हेरून ठेवली. फुलोऱ्यावर ते झाड आलं की मी दुर्बीण घेऊन तिथं जवळच पक्षिनिरीक्षणासाठी बसत असे. निळ्या आभाळाच्या पार्श्वभूमीवर निष्पर्ण पांगाऱ्याची पोवळ्या वर्णाची फुलं पाहिली, की आकाश गोंदल्यासारखं वाटे. तिथं पाखरांची नक्षी सतत उमटलेली असे. झाड गाणारं होई.

शाल्मली व पळसावर येणारी सारी पाखरं पांगाऱ्याचेही मित्र आहेत. पण एक दिवस सकाळच्या वेळी एक आगळंच दृश्य दिसलं. हरिद्र पक्ष्याची पिवळ्या जर्द रंगाची एक जोडी त्या वृक्षावर बसलेली दिसली. रक्तवर्ण फुलांच्या पार्श्वभूमीवर ते पिवळेजर्द पक्षी अतिशय देखणे दिसत होते. मधुपान केल्यामुळं की काय त्यांचा आवाजही बाष्परुद्ध झाला होता. दुर्मीळ असं ते दृश्य मी माझ्या कॅमेऱ्यानं टिपलं.

पांगाऱ्याच्या पांढऱ्या आणि तांबड्या अशा दोन जाती आहेत. पांढरी दुर्मीळ असते. त्याची फुलं पांढरी असतात आणि पानांवर पांढरे ठिपके असतात. असं झाड दिसणं म्हणजे कपिलाषष्ठीचा योग. पण जेव्हा असा योग येई तेव्हा तो फुललेला पांढरा पांगारा पाहायला मी मुद्दाम जाई.

पांगाऱ्याला लांब आकडी शेंगा येतात. त्यात मोठाल्या बिया असतात. बी लगेच रुजतं. अंकुर फुटून पाहता पाहता रोपट्याचं रूपांतर वृक्षात होतं. पांगाऱ्याइतकं जलद वाढणारं झाड क्वचितच असावं. मी माझ्या पक्षिमित्रांना नेहमी सांगतो, ‘‘तुम्हाला पक्षी पाहायचे असतील तर तुम्ही घराभोवती पांगाऱ्याची झाडं लावा.’’

नवेगावबांध येथील माझ्या निवासस्थानाभोवती पळस, शाल्मली, पांगारा, कडुनिंब, आंबा, चिंच, बोरी, आवळा आणि बांबूची बेटं यांची सोबत होती.

माणसांच्या सोबतीपेक्षा मी वृक्षांच्या सान्निध्यात, त्यांच्या सोबतीत अधिक राहिलो आहे. त्यांच्याच सहवासात आयुष्याचा अधिक काळ गेला आहे. त्यांच्या सावलीत फिरताना मला एकटेपणाची जाणीव कधी झालीच नाही. झाडाइतकं सुख, आनंद आणि समाधान अपवाद वगळल्यास मला दुसरं कुणी फारसं देऊ शकलं नाही. जीवनातील कटु अनुभव, दुःख, कष्ट या सर्वांना या वृक्षांच्या सहवासातच केवळ वाचा फुटायची. एरवी अंतःकरणाच्या एका कप्प्यातच मी त्यांना आजवर बंदिस्त करून ठेवलं आहे. समोरचा पांगारा फुललेला पाहिला की, इंदिरा संतांच्या पुढील मार्मिक व आशयगर्भ पद्यपंक्तींची आठवण होते –

**सूर्योपासक पांगाऱ्यावर**
**प्रसाद फुलतो अंगाराचा**
**तोच जाणतो माझ्या मनिचा**
**सुवास दाहक अग्निफुलांचा ।।**

नांदेड जिल्ह्यातील सहस्रकुंड येथे असताना मधून मधून सरकारी कामासाठी जवळच आंध्र प्रदेशातील आदिलाबाद जिल्ह्यातील निर्मलला जाणं होई. निर्मलला जायचं तर सहस्रकुंड, शिवनी व आप्पाराव पेठ अशा जंगलातील वाटेनं जावं लागे. पांढऱ्या रेताड जमिनी, हिरवीगार भाताची खाचरं, बांधावर उभी असलेली ताडामाडाची उंच झाडं, त्या झाडांवर उडणाऱ्या ताड पाकोळ्या, तेलगू बोलणाऱ्या, काळ्या सावळ्या, पांढरी शुभ्र वस्त्र घातलेल्या, चिलीम पीत असलेल्या लोकांची वस्ती. अशी निसर्गाची आणि माणसांची विविधता पाहून भान हरपून जाई आणि निर्मलला येऊन पोहोचल्याचं लक्षातही यायचं नाही.

पांगाऱ्याचं लाकूड फार हलकं व मऊ असतं. त्याच्या लाकडाची खेळणी व बाहुल्या उत्तम होतात.

निर्मल हे गाव लाकडाची खेळणी करण्याकरिता प्रसिद्ध आहे. मी एखाद्या दुकानात जाई. तेथे भिंतीवर पक्ष्यांचा कळप उडतानाचं दृश्य दिसायचं. कुठं उंच पायांचा करकोचा तर कुठं चक्रवाकाची जोडी. ही सारी पाखरं पांगाऱ्याच्या मऊ लाकडापासून तयार केलेली असत. रंगरंगोटी केल्यावर ती मोठी आकर्षक दिसत. निर्मलला गेलो की तिथली लाकडापासून बनविलेली सुबक पाखरं पाहणं हा माझा नित्याचा छंद होता.

आंध्रप्रदेशातील मंदिरांतून अजूनही पूजेच्या वेळी नृत्य करण्याची प्रथा आहे. अशा एका नृत्यांगनेची लाकडावर कोरलेली सुंदर मूर्ती मी निर्मलला विकत घेतली. आजही ती माझ्या संग्रही आहे.

परवा कळलं की हा पारंपरिक व्यवसाय पूर्णपणे मोडकळीस आला आहे. प्लॅस्टिकपासून बनविलेल्या आकर्षक रंगांच्या पक्ष्यांनी आता त्याची जागा घेतली आहे. त्यामुळं आता त्यांच्या जीवनातील पांगाऱ्याचं महत्त्वही नाहीसं झालं आहे.

असं हे सर्वांग सुंदर झाड स्वर्गलोकी फुलत असल्याची लोककथा आहे. त्याच्या पानाचं त्रिदल म्हणजे त्रिमूर्ती. मधलं पान म्हणजे विष्णु, उजवं ब्रह्मा आणि डावं शिव. असा हा सत्यम् शिवम् सुंदरम् वृक्ष.

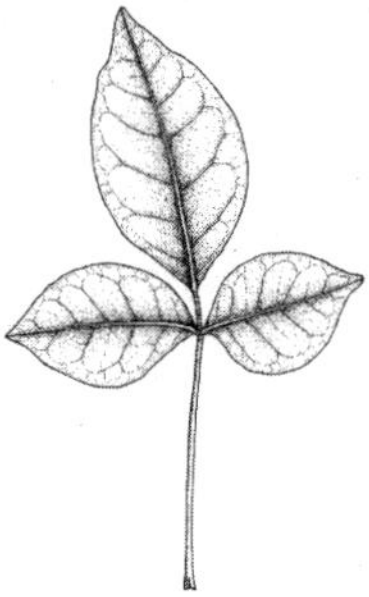

# १४. वन्यजीव निरीक्षणाची किमया

अधूनमधून मी माधवराव पाटलांच्या गांधारीतल्या वाड्यावर जाऊन राहातो. पाटील फार वर्षांपूर्वी त्यांचे वडील, सीताराम पाटील यांच्याबरोबर गांधारीला राहात होते. त्यांच्या वाट्याला नवेगाव तळ्याकाठची शेती आली. तेव्हा माधवरावांनी पवनीला मोठा वाडा बांधला. सीताराम पाटलांच्या मृत्यूनंतर गांधारीचा वाडा रिकामाच असे. एक म्हातारा नोकर त्या वाड्यातली साफसफाई करून त्याची देखभाल करीत तिथंच राही. तो लहानपणापासून त्यांची गुरं राखायचा. गिधाड पहाडाच्या पायथ्याला वसलेलं हे जंगलातलं गाव मोठं सुंदर आहे. गावाला लागून गांधारी तळं तळ्यापासून थोड्या अंतरावरून 'गारवी' नदी वाहते. गांधारीच्या पूर्वेला इटिया डोह हा विस्तीर्ण जलाशय आहे.

इटिया डोहाच्या सांडपाण्यापासून गोठणगाव-उमरपायली हा वनमार्ग घनदाट अरण्यातून जातो. या रस्त्याचा एक फाटा पूर्वेकडे जांभळी तळ्याकडं जातो. तिथंच अद्भुतरम्य गूढ झिलान आहे. त्या झिलानीचा सारा परिसर साजा, बिजा, कळंब, चार, मोहा, धावडा, तेंदू, साग आणि सूरया या वृक्षांनी वेढला आहे. इतस्ततः विखुरलेल्या तिथल्या बांबूंच्या घनदाट बेटांमुळं जंगल कुठूनही शिरण्यास दुरापास्त आहे.

भावनगरचे जगद्‌विख्यात पक्षिशास्त्रज्ञ धर्मकुमारसिंहजी यांनी जेव्हा गिधाड पहाडावर जाऊन आजूबाजूचा आसमंत पाहिला तेव्हा ते आनंदानं नाचले. म्हणाले, "या साऱ्या जंगलाचं 'गांधारी अभयारण्य' का केलं नाही?" असा हा सुंदर परिसर आहे. नवेगाव राष्ट्रीय उद्यानापेक्षा मला हा परिसर जास्त आवडतो.

तिथं गेलो की मला सदा आणि माधो गोंडाची सोबत असे. सदा अंगानं उंचापुरा तर माधो चणीनं बुटका. दोघंही एके काळचे माधवराव पाटलांचे शिकारसोबती. म्हणून त्यांना इथल्या जंगलांची अगदी बारीकसारीक माहिती. त्यांच्याबरोबर जंगलातील पायवाटेनं भटकण्यात मोठा आनंद असे. शिकारीवर बंदी आल्यापासून आता दोघंही फारसे जंगलात जात नाहीत. घरची थोडीफार शेती

करतात. ऋतुमानाप्रमाणं कंदमुळं फळं गोळा करायला जातात. त्यावेळी एखादा मोठा खेकडा, चार-पाच मासे, एखादं कासव किंवा पाखराची अंडी आणायला विसरत नाहीत. नियम मोडल्याबद्दल विचारलं तर म्हणतात, ''आम्ही शिकार कुठं केली. सहज वाटेत दिसली म्हणून उचलून आणली. कुणीतरी नेलीच असती. पण साब, शिकारीचा नाद फार वाईट. जुगारासारखाच असतो तो.''

शिकारीच्या निमित्तानं जंगलात भटकताना त्यांनी अनेक जंगली जीव पाहिले आहेत. त्यांनी आयुष्यात जंगलातील अशा काही घटना पाहिल्यात की त्या क्वचितच कुणाला दिसल्या असतील. परंतु जनावरांची शिकार न करता त्यांना धुंडाळून उगीचंच पाहणं त्यांच्या हिशेबात बसत नसे. पण आमची मैत्री विरुद्ध टोकाची होती. माझ्या निर्मोही स्वभावाचा त्यांच्यावरही थोडाफार परिणाम झाला असावा. नंतर त्यांना माझ्याबरोबर जंगलात फिरायला आवडू लागलं. ते दोघं मनात म्हणत, ''ही सारी जंगली जनावरं आणि पाखरं देवानं पैदा केली ती खाण्यासाठी. पण या सायबाची तऱ्हाच वेगळी. त्याला हे सारं बघण्यातच आनंद वाटतो.''

दिवसभर आम्ही गांधारीच्या जंगलात वन्यजीव पाहात भटकायचो. रात्र झाली की गाईच्या गळ्यातील घंटानादात शेकोटीसमोर बसून वन्यजीवांविषयी मध्यरात्रीपर्यंत बोलायचो, अन् सूर्योदयापूर्वी परत जंगलात वाट धरायचो.

माझं वन्यजीवांचं निरीक्षण केवळ पक्ष्यांपुरतं मर्यादित नाही. नेहमीच्या पाऊलवाटा, रस्ते सोडून गायवाटेनं जंगलात स्वच्छंदपणं भटकण्यात एक आगळा वेगळा आनंद असतो. माझ्यासारख्या निसर्गप्रेमी माणसाला दिवसा तर खूप काही पाहता येतं. परंतु रात्र झाली की सारं काही अंधारात गडप होतं. अवतीभोवती रात्रिंचर प्राणी फिरत असतात. त्यांची फक्त सावट तेवढी ऐकू येते.

मी जंगलात वन्यजीव पाहण्यासाठी मचानीवर बसून अनेक रात्री घालविल्या; परंतु वन्य जीवांची सावट तेवढी ऐकू येत असे; परंतु ते प्रत्यक्ष पाहण्याचा योग मात्र क्वचितच येत असे.

यावर सदा आणि माधोनं एक युक्ती काढली होती. गांधारीतल्या जंगलातील लहान वन्यजीवांच्या सगरी त्यांना माहीत होत्या. जिकडंतिकडं उघड्या मैदानावर, नाल्याच्या काठानं व जंगलात त्यांनी खड्डे खणले. आकारानं लहानच. एकेक घनमीटरचे ते असावेत.

दिवसा खड्डे करून आम्ही दुसऱ्या दिवशी सकाळीच त्यांची पाहणी करायला जात असू, तेव्हा आम्हाला अनपेक्षित असे त्यात पडलेले वन्यजीव पाहायला मिळत. त्यात कधी सरडे असत. कधी साप वळवळताना दिसत. रानउंदीर रात्रभर इकडून तिकडे पळून आता थकून कोपऱ्यात अंग मोडून बसलेला

असे. कधी रानघुशी असायच्या. कधी कासवं आणि खेकडे पण असायचे. बेडकं, पाणकासव नावाचा मोठा कीटक व विंचू असायचे. या साऱ्यांचं निरीक्षण करायचं तर एक पथ्य पाळावं लागतं. अशा खड्ड्यांची रोज नियमित पाहणी करावी लागते. नाहीतर खड्डयात पडलेला सर्प; तिथल्या उंदीर-घुशी आणि बेडकांना गिळून टाकतो.

एकदा मोठी गंमत झाली. त्या दिवशी एक धामण खड्डयात पडली. आम्ही खड्डयाजवळ सकाळी जायला अन् धामणीनं घुशीवर हल्ला करायला एकच गाठ पडली. धामणीनं त्या घुशीभोवती शेपटीची सुरगाठ घालून तिला आवळताच तिच्या शरीरातील रक्ताभिसरण बंद होऊन ती मृतपाय झाली. नंतर तिनं तिला हळूहळू गिळंकृत केलं.

एकदा बेडकी आणि सरड्याबरोबर टणाटण उडणारे चार-पाच मासे पाहून तर मी आश्चर्यचकित झालो. इटिया डोहाच्या सरणापासून तो खड्डा एखाद किलोमीटर दूर होता. विणीसाठी पहाडातील डोहाकडे जाणारे ते मासे होते. दिवसा या खड्डयांचा उपयोग मठासारखा होई. आम्ही सारेजण जवळपासच्या खड्डयात लपून बसलेले असू. त्यामुळं आसमंतातील वन्यजीव पुन्हा एकदा निर्धास्तपणे फिरू लागत. मात्र मठात बसताना एक काळजी घ्यायला हवी. डोक्यावर खाकी हॅट किंवा टोपी हवी अन् तासन् तास स्थिर बसण्याचा सरावही असला पाहिजे.

एकदा असे मठात बसलो असता एक अभूतपूर्व दृश्य पाहिलं. आभाळात उडणाऱ्या 'मोरघारीचा' आवाज येत होता. इतक्यात झुडपातून एक मुंगूस बाहेर पडलं. मागोमाग तीन पिलं. मोठी खेळकर होती ती. त्यांना उघड्या रानातून पुन्हा जंगलात प्रवेश करावयाचा होता. मुंगसाच्या आईला माहीत होतं की आभाळात त्यांचा शत्रू उडत आहे. दिसताक्षणीच मोरघारीनं त्यांच्यावर झडप घातली असती. तिनं गोजिरवाण्या पिलांजवळ तोंड नेऊन काहीतरी हितगुज केलं. ते सारे रानातला रस्ता ओलांडण्याच्या तयारीत होते. तिच्या लांब शेपटीचं टोक एका पिलानं तोंडात धरलं. नंतर त्या पिलाची शेपटी दुसऱ्यानं. दुसऱ्याची तिसऱ्यानं आणि क्षणातच तिथं एक अजब लांबच्या लांब जनावर रस्ता ओलांडताना दिसलं. गरुड त्या विचित्र दिसणाऱ्या जनावराला पाहून भ्याला असावा. म्हणून त्यानं त्यांच्याकडं दुर्लक्ष केलं असेल. रस्ता ओलांडून झुडपात जाताक्षणीच त्या लबाडांनी एकमेकांच्या शेपट्या सोडून दिल्या. अन् पुन्हा नाचत बागडत ती पिलं आईबरोबर हिंडू-फिरू लागली. जंगलातील उघड्यावरच्या वाटा ओलांडताना रानबदकं, हुदाळे आणि रानउंदीर मुंगसाप्रमाणंच वागतात.

एकदा 'धूर नागीण' त्या खड्डयात कशी पडली कोण जाणे. दीड-दोन वीत लांबीची असावी; पण खड्डयात पडलेल्या सरड्यानं तिचं मुंडकंच तोंडात धरलं होतं. ती विलक्षण रीतीनं वळवळ करीत होती. सदा म्हणाला देखील, ''साब दूर व्हा. ही धूर नागीण सरड्याच्या जबड्यात सापडली म्हणून. नाहीतर लगेच उंच उडून ती एखाद्या झाडावर गेली असती.''

मी विचारलं, ''ती खूप विषारी असते काय?''

''हो जी, पण ती सहसा चावत नाही. चावली तर माणूस जगत नाही.''

माणसांचं निरीक्षण करायचं तर प्रसिद्ध लेखक सॉमर सेट मॉम एखाद्या हॉटेलात जाऊन बसायचा. तिथं त्याला माणसांचे अनेक नमुने खाता-पिताना दिसायचे. अगदी तसंच काहीसं वन्य प्राण्यांतही आहे. त्यांच्या निरीक्षणासाठी देखील अशीच स्थानं शोधावी लागतात. वन्यजीव दिवसभर एकटे-दुकटे किंवा सहकुटुंब जंगलात भक्ष्याच्या शोधात भटकत असतात. जंगलात भटकताना भुंग्याच्या गुणगुणण्याचा आवाज येताच त्यांच्याकडे लक्ष जाई. जवळच्या झुडपावर भुंग्यांबरोबर फुलाफुलांवर बागडताना रंगीबेरंगी फुलपाखरं दिसू लागत.

श्रावण महिन्यात तर मी मुद्दाम फुलपाखरं पाहायला जंगलात जायचा. शेकडो-हजारो पिवळट रंगाची फुलपाखरं ओढ्यानाल्यावरून थव्याथव्यांनी उडू लागत. एखादी जादूची कांडी फिरावी तशी ती कोठून तरी येत. कुठं तरी जात. कधी नाल्यातल्या ओल्या मातीवर त्यांचा सारा समुदाय एकत्रित बसला की एखाद्या फुलांच्या गुच्छासारखा तो दिसे. त्यात एखाददुसरे लाल रंगाचे फुलपाखरू असे. ती सारी एका फुलावरून दुसऱ्या फुलावर उडत उडत जात.

त्यांना नेमकी फुलझाडं कशी सापडत? काही दिवसांपूर्वी पानाआड असलेल्या सुरवंटातून ही फुलपाखरं कशी जन्माला येत असावी? त्यांच्या नाजूक मुलायम पंखांची वाढ कशी होत असावी? कुरूपतेतून जन्माला आलेल्या या सौंदर्याकडे मी वेड्यासारखा पाहात राही. मनात विचार येई या वर्षी जन्माला आलेली फुलपाखरं पुढच्या वर्षी जिवंत राहात असतील काय?

माधो तर पाण्यावर आलेल्या मधमाशांच्या मागोमाग धावत जाऊन त्यांच्या पोळ्यांचा शोध घेई. मधमाशांच्या गतीपेक्षा फुलपाखरांची गती संथ असते. सूर्य मावळतीकडे गेला की जंगलातील सावल्या दाट होऊ लागत. फुलपाखरांचा प्रवाहच्या प्रवाह एका दिशेनं उडू लागे. आम्ही धावतपळत त्यांच्याबरोबर जात असू. ती सारी फुलपाखरं एका विशाल चिंचेच्या वृक्षावर रात्रीच्या आश्रयाला जात असत. ते त्यांच्या झोपण्याचं ठिकाण होतं. ते चिंचेचं झाड जिथं उभं होतं त्या ठिकाणी कधी तरी नांदतं गाव असावं. पण आता त्याला उठून अनेक वर्षं झाली

असावी. जेव्हा जेव्हा मी गांधारीला जाई तेव्हा तेव्हा त्या वृक्षाकडं जाई. सारं झाड एखाद्या नवतीप्रमाणं बहरलेलं असे. तिथं सारी फुलपाखरं स्थिर होत. मध्येच एखादुसऱ्या फुलपाखराची हालाचाल होई. मग ती सारी गाढ झोपत. अशी ती झोपली असताना त्यांना हळूवार बोटानं स्पर्श करता येई. मी त्यांना बोटाच्या चिमटीत पकडून त्यांचं निरीक्षण करून त्यांना जाग येण्यापूर्वी पुन्हा तिथं ठेवून देई.

मोठी फुलपाखरं क्वचितच दिसत. काळ्या पंखावरील पांढरे ठिपके असलेली, निळी-जांभळी अशी किती तरी. माधो म्हणायचा, ''साब बोलवायचं का त्यांना!''

''ते कसं?''

''उद्याच दाखवितो बघा.''

गांधारीतल्या माधवरावांच्या मळ्यातील खाली पडलेले सडके आंबे तो एका मोठ्या टोपल्यात घेऊन यायचा. जिथं ती मोठी फुलपाखरं नेहमी दिसायची तिथं तो सडक्या आंब्यांचा ढीग टाकून देई. सारा आसमंत नको नको वाटणाऱ्या गोड वासानं भरून जाई. ती मोठी फुलपाखरं कुठून तरी येऊ लागत. त्या ढिगावर बसून त्यातला रस ते मनसोक्त पिऊ लागत. त्यामुळं ती इतकी झिंगत की त्यांना बोटाच्या चिमटीत सहज धरता येई. एरवी ही फुलपाखरं मोठी चपळ आणि उंचावरून उडणारी. कित्येकदा ती इतकी विलक्षण वेडीवाकडी उडायची की क्षणार्धात दृष्टी पुढून दिसेनाशी होत.

त्यांना आकर्षित करण्याकरिता मी आणखी एक युक्ती करी. माझ्या हॅटला निळ्या कागदाचा तुकडा चिकटवून देई. त्यामुळं देखील कित्येकदा ती फुलपाखरं माझ्याभोवती पिंगा घालू लागत. अल्पकाळ माझ्याभोवती घोटाळून पुन्हा वेगानं आली तशी नाहीशी होत.

रस, गंध आणि निरीक्षणानं काय साध्य होतं याचा अनुभव मला आला होताच; पण आवाजाचं महत्त्वही काही कमी नाही असं माझ्या ध्यानात आलं. पाखरांच्या विणीच्या काळात एखादं पिलू घरट्यातून खाली पडतं. तेव्हा चुचकारण्याचा आवाज काढताच पाच-पंचवीस पक्षी आजूबाजूच्या झाडावर जमा होऊन आमच्याकडं कावरेबावरे होऊन पाहू लागत. जंगलात थोडं जरी खुट्ट झालं तरी सारे वन्यजीव सजग होतात. माधो तर तितिर आणि लावा पक्ष्यांचा तोंडानं हुबेहूब आवाज काढून रानातील पाखरांना बोलवायचा. एखाद्या मोठ्या शिळेखालच्या बिळात असलेल्या तरसाच्या पिलांना सदा मादीचा आवाज काढून बाहेर बोलवायचा. ती पिलं बाहेर येऊन आईचा शोध घेऊ लागत; परंतु माणसाचा वास येताच पुन्हा आत गडप होत.

एकदा तर सदा गोंडानं कमाल केली. पावसाळ्यानंतर जंगलात उंच गवत येई. तेव्हा सांबरं गवताच्या आश्रयानं राहात. सदा म्हणाला, ''साब, तुम्ही लपणात बसा. मी सांबराला बोलवतो बघा.'' तो गुडघ्याएवढ्या उंच गवतात पाठीवर पडून सारखे हात-पाय हलवू लागला. बराच वेळ झाला काही दिसलं नाही. मला वाटलं हा उगीच हात-पाय हलवून दमणार. पण काय चमत्कार! त्याच्या हालचालीनं एका सांबरीचं लक्ष वेधलं. ती सरळ किंचित मान खाली करून त्याच्याकडं जाऊ लागली. त्याला पाहताच ती इतकी बिचकली की एक छलांग मारून ती नाहीशी झाली.

माधोच्या खांद्यावर एक काठी असे. उन्हाळ्यात त्या काठीला डालडाचे दोन-तीन डबे बांधलेले असत. ते डबे पाण्यानं भरून नेमके कुठं ठेवायचे हे त्याला चांगलं माहीत होतं. उन्हाच्या काहारात हे डबे दूरवर ठेवून आम्ही मोहाच्या सावलीत वृक्षाच्या बुंध्याआड बसून तिकडं पाहात असू. त्या पाण्याच्या वासानं लहान पशू, पक्षी आणि सरटपणारे प्राणी आकर्षित होत. दुसऱ्या दिवशी तिथं पाहिल्यावर कितीतरी प्रकारचे पाणकिडे त्यात पोहत असताना दिसत. नाले सुकून गेल्यामुळं साहजिकच पाणकिड्यांनी डब्यातील पाण्याचा आश्रय घेतलेला असे.

मृत पक्षी अथवा जंगली जनावरांची तर कीटकांना भुरळच पडते. जर प्राणी मोठा असला तर गिधाड, घारी आणि कावळे जमा होतात. पण तोच प्राणी लहान असला तर त्यावर चमकणारे हिरवे आणि सोनेरी रंगाचे भुंगे दिसतात. त्यांना एखाद्या रत्नाचं सौंदर्य लाभलेलं असतं. म्हणूनच रत्नजडित अलंकार घडविताना भुंग्यांच्या कवचाचा उपयोग करतात.

जंगलातील वाटेनं फिरताना मध्येच रानगव्यांचे पव जिकडेतिकडे पडलेले दिसत. त्या पवाभोवती शेणकिडे दिसत. शेणाचे गोळे ढकलत ढकलत ते दूर जाताना दिसत. त्यांच्याकडे पाहताना मला प्रख्यात शिकारी केनेथ अँडरसन यांनी एका पुस्तकातून सांगितलेली घटना आठवली. जेवढी चित्तथरारक तेवढीच मजेदार.

एका रेल्वेच्या रूळानजीक नरभक्षक वाघानं माणसाची शिकार केली होती. केनेथ अँडरसनला ही बातमी कळताच तो तिथं पोहोचला. त्याला त्या नरभक्षकाची शिकार करावयाची होती. पण आजूबाजूला एकही झाड नव्हतं की ज्यावर बसून त्याला शिकार करता आली असती. प्रेत रेल्वेच्या रूळामध्येच पडलेलं. सायंकाळ जवळ आली. काय ते त्याला लवकर ठरवायला हवं होतं. रूळापासून थोड्या अंतरावर जमिनीवर पालथं पडावं आणि वाघ येताच त्याला उडवून द्यावं असं त्यानं ठरवलं.

सूर्य मावळला. हिवाळ्याचे ते दिवस. त्यामुळं लवकरच अंधारू लागलं. अँडरसननं त्या प्रेताकडं पाहात वाघाची चाहूल ऐकू येते की काय याकडं कान

एकाग्रतेनं लावले. पण काय चमत्कार. त्या अंधुक प्रकाशात त्या प्रेताचं मुंडकं रूळावरून हळूहळू सरकत पुढं पुढं जात होतं. अँडरसन मोठ्या निधड्या छातीचा. पण अदृष्टावर त्याचा विश्वास असल्यामुळं, अशा थंडीतही त्याला घाम फुटला. प्रेताचं मुंडकं कसं सरकत असेल? की नुसताच भ्रम आहे असे अनेक विचार मनात येत असताना ते मुंडकं प्रेतापासून दूर दूरच जात होतं. शेवटी मनाचा हिय्या करून त्यानं त्याचा शोध घ्यायचं ठरविलं. तो बंदूक घेऊन हळूहळू त्या मुंडक्याकडं जात होता. वाघ येण्याची वेळ झालेली. अन मध्येच असा हा प्रकार. त्याला काय करावं समजेना. विजेरीचा झोत टाकला तर पुन्हा वाघ तेथे येणार नाही. त्यानं अगदी वाकून पाहिलं. चांदण्यांच्या अंधुक प्रकाशात त्याला जे दृश्य दिसलं त्यानं तो आश्चर्यचकित झाला. ते शेणकिडे होते. शेकडो किडे एकत्रित येऊन ते मुंडकं ढकलीत होते.

महाभारतातील मत्स्यगंधेचा सुवास अनेक योजने यायचा असा उल्लेख आहे. त्याचप्रमाणं प्राणिसृष्टीतील मादीचा वास येतो. त्या वासानं नर मादीकडे आकृष्ट होतात. एखाद्या मादीकीटकाला पिंजऱ्यात ठेवलं तर त्या जातीतील नर तिनं हवेत मागं सोडलेल्या तेलग्रंथीच्या अवशेषानं मार्ग काढीत तिच्यापर्यंत येऊन पोहचतात.

एकदा असेच शेकोटीजवळ बसलो असता सर्पांविषयीच्या गोष्टी निघाल्या. सापाविषयी आदिवासींत किती तरी दंतकथा आहेत. मी माधोला विचारलं.

''साप डूख धरतो म्हणतात, हे खरं आहे काय?''

त्यावर माधोनं म्हटलं, ''हो जी.''

माधोच्या या विधानावर माझा एकदम विश्वास बसला नाही. मी या विषयावरील पुस्तकं मिळवून वाचून काढलीत तेव्हा माझ्या असं ध्यानात आलं की या लोककथेत थोडासा तथ्यांश आहे. सर्प हा एकलकोंडा प्राणी आहे. त्याला कुणी सोबती नसतो. घडतं ते असं. उन्हाळ्याच्या सुरुवातीला त्याचा प्रणयाराधनेचा काळ असतो. वयात आलेली सापाची मादी चालताना मागे एक प्रकारची गंधवाट सोडीत जाते. नराला या गंधवाटेचा सुगावा लागतो. त्या अनुरोधानं काळी दुहेरी जीभ बाहेर काढून तो नर वाटचाल करीत असतो. या कामी त्याला जिभेचा फार उपयोग होतो. गंधवाटेवरील हवेतील अणुरेणू तो जिभेनं टिपीत जातो. ते अणू परत त्याच्या मुखातील ग्रंथीत समावेश करतात. या ग्रंथीमुळं त्याला गंधाचा मागोवा लागतो. मादीच्या मार्गानं नर जातो.

समजा, अशा सर्पिणीला कुणी मारलं तर नर काही वेळानं तिथं पोहोचतो. तो तिथं जातो तो ते सूड घेण्यासाठी नसून तिच्याबरोबर रत होण्यासाठी. जीवनाचं सातत्य

टिकविण्यासाठी. त्याला पाहताच लोकांना वाटतं की तो सूड घेण्यासाठीच आला आहे. अशी घटना फक्त सापाच्या विणीच्या काळातच घडू शकते. एरवी नाही.

वन्यजीवांच्या निरीक्षणासाठी एकट्यानं जंगलातील वाटेनं जायला हवं. असं जाऊ लागलं की जंगलातल्या विलक्षण शांततेची जाणीव होऊ लागते. कुठं एखादं पान टपकन पडतं. कुठं वाऱ्यानं वृक्षांचे शेंडे सळसळू लागतात. कुठं पाचोळा वाजतो तर कुठं बांबूच्या बेटातून विलक्षण आवाज येतो. वाटतं एखादा बिबटा वाघ तर वाढलेल्या गवतातून दबा धरून मागं मागं येत नसेल? समोर एखादं अस्वल तर भुतासारखं उभं राहणार नाही? म्हणून कान अधिक तीव्र होतात. नजर आणखी तीक्ष्ण होते. न कळत मनाची एकाग्रता वाढू लागते. मन हळूहळू शून्यात जातं. योगसाधनेतील ही अत्यंत कठीण अवस्था जंगलात वन्यजीवांचं निरीक्षण करताना सहज प्राप्त होते.

आणि अनपेक्षितच पाखरांचा एखादा घोळका दिसतो. जवळपासचे सारे पक्षी इथं गोळा झालेले दिसतात. जमिनीवर, झुडपात, पाचोळ्यात, खोडावर, उंच वृक्षांच्या छतावर, तिथं तुम्हाला टिट, सातबहिणी, भेरा, सुतार, शिलीन्ध्री, कोतवाल, नाचरा, वटवट्या, मिनिव्हेट असे कितीतरी पक्षी आढळून येतात. गरुड, बहिरी ससाणे आणि श्येनपक्षी वगळता इतर पाखरं जंगलात एकटी-दुकटी राहात नाहीत. 'एकमेका साहाय्य करू अवघे धरू सुपंथ', या वृत्तीचे ते असतात. सातबहिणी आपसात कलकलत पाचोळा पायानं आणि चोचीनं विखरीत चरत असताना त्यात लपून बसलेले भुंगे हवेत उडतात. जवळच फांदीवर टपून बसलेला कोतवाल भुंग्यांवर झडप घालतो. सालीतील फटी-भेगांतून सुतार पक्षी अळ्या-सुरवंटांचा वेध घेताना रंगगोपनामुळं सहज न दिसणारे पंखाचे कीटक उडू लागताच नाचरे आणि वटवटे त्यांना अधांतरीच धरतात.

तंबूच्या कापडाचं लपण जमिनीवर ठेवून त्यातूनही वन्यजीवांचं निरीक्षण प्रत्यक्षात करता येतं. यासाठी तीन व्यक्तींची जरूरी असते. तिघांपैकी एकानं हळूच लपणात प्रवेश करावयाचा. बाकीच्या दोघांनी तिथून परत जायचं. जेव्हा एकच व्यक्ती लपणात जाते तेव्हा आजूबाजूचं प्राणिजगत साशंक होऊ लागतं.

नागझिरा अभयारण्यात मी रानकुत्र्यांचं निरीक्षण करीत असताना अशा लपणात तासन् तास बसलेला असे. अशा वेळी निळ्या रंगाचा नाचरा पक्षी माझ्या सोबतीला असे. तो इतका धिटुकला की माझ्या डोक्यावरच्या हॅटवर बसायचा. एके दिवशी रानगव्यांची मादी वासराबरोबर पाण्याकडं जाताना लपणच पायाखाली तुडविते की काय असं वाटलं. पण माझ्या वासामुळं ती इतकी चमकली की वासरानं धुम ठोकली. तशी ती त्याच्या पाठीमागं धावली. तीन ते पाच तास एकाच ठिकाणी

स्थिर बसायचं म्हणजे त्याला सराव लागतो. पण तो प्रयत्नानं मिळविला पाहिजे. मी लपणातील जमिनीवर मृगाजिन अंथरून चक्क त्यावर मांडी घालून बसायचो आणि समोरच्या पाणझरीकडं एकाग्रतेनं पाहायचो.

अनेक वेळा पाण्यावर कुठलंच जनावर येत नसे. मात्र ती पाणझरी मधमाशांच्या गुणगुणण्यानं गुंजित झालेली असे. समोर एका झाडाची वाकडी फांदी दिसे. त्या फांदीवर पानं होती. पण त्यातील एकच पानांची जोडी विलक्षण गतीनं हलू लागे. आसमंतात कुठंही वाऱ्याची झुळूक नसे. अशी दृश्यं जंगलात नेहमीच दिसत; पण ते एकाग्रतेने पाहण्याचा अनुभव खरोखरच विलक्षण आनंददायी असे.

उन्हाळ्यात कितीही दक्षता घेतली तरी वनवणवे लागतातच. पण त्यामुळं एक फायदा असा होतो की, त्या जळणाऱ्या गवतातून अनेक प्रकारचे जीव उघड्यावर पळत येताना दिसतात. सरडे, साप, उंदीर, ससे, नाना प्रकारचे कीटक बाहेर येतात. त्या वेळी जंगलातील बहिरी ससाणे, श्येनपक्षी, कापसी, कोतवाल, भृंगराज, नीळकंठ असे कितीतरी पक्षी उंच आभाळात उडताना दिसतात. त्यांना जणू ही मेजवानीच असते. असा वणवा एकदा लागून गेला की गवताच्या बियांच्या लाह्या फुटतात. काळ्या जमिनीवर त्या स्पष्ट दिसू लागतात. जंगलात एखाद-दुसरा पाचू कवडा दिसायचा म्हणजे कपिलाषष्ठीचा योग म्हणायचा; परंतु या लाह्या खाण्यासाठी पाचू कवड्यांचे थवेच्या थवे उतरू लागतात. मग वाटतं विध्वंसात देखील सौंदर्य असतं.

वन्यजीव निरीक्षणाची सर्वांत उत्कृष्ट पद्धत म्हणजे दुर्बिणीतून पाहणं. माणसाच्या डोळ्यांची शक्ती दुर्बिणीनं अनेक पटीनं वाढते. शिवाय ज्या वन्यजीवांचं आपण निरीक्षण करतो त्यांना शंका देखील येत नाही. तसंच जंगलात जाताना न विसरता सूक्ष्मदर्शक भिंग सोबत घ्यावं. सूक्ष्म जीव त्यातून सहज पाहता येतात.

वन्यजीवनिरीक्षण ही एक साधना आहे. एक तप आहे. या साधनेमुळंच जंगली हत्तींचा अभ्यास करणारा पालकाप्य, रघुवंशातील कांचनमृगाबरोबर दूर्वांकुर खाऊन राहणारा शातकर्णी; रानबकऱ्यांचा अभ्यास करणारा अज, रानमेंढ्यांविषयी अध्ययन करणारा जाबाली, ही सारी थोर माणसं त्यांनी आयुष्यभर केलेल्या साधनेमुळंच ऋषिमुनींच्या पदाला पोहोचली.

आधुनिक काळातही सिंहाचित्त्यांना पाळणारी जॉय ॲडमसन, आफ्रिकेच्या जंगलात एकट्यानं राहून गोरिलावर संशोधन करणारा जॉर्ज शेल्लर, चिंम्पाझीवर अध्ययन करणारी जेन गुडवाल, रानमेंढ्यांवर अभ्यास करणारा व्हॅलॅरियस जाईस्ट, लांडग्यांच्या कळपाबरोबर राहणारा डेव्हीड मेच असे किती तरी सांगता येतील.

ही साधना ज्याला साधते तो भाग्यवानच.

* * *

# १५. अरण्यवाचन

नवेगाव बांधला वनाधिकारी असताना महत्त्वाच्या कामानिमित्त मला नेहमीच नागझिऱ्यालाही जावं लागत असे. परदेशी पाहुणे अथवा अत्यंत महत्त्वाच्या व्यक्ती नागझिऱ्याला आल्या म्हणजे त्यांना तेथील वन्यप्राणी दाखवून त्यांच्याविषयी माहिती सांगण्याचं कामही माझ्याकडेच असे. त्यामुळं केवळ तेथील रस्तेच परिचित झाले होते; परंतु तेथील जंगल मात्र अपरिचितच राहिलं होतं. वन्यप्राण्यांचा अभ्यास करण्याच्या दृष्टीनं हे अरण्य अत्यंत आदर्श आहे. पुढे रानकुत्र्यांचं विशेष संशोधन करण्याकरिता मला नागझिऱ्याला जाण्याची संधी मिळताच मी नागझिऱ्याला आलो.

बंगलोर येथील 'इंडियन इन्स्टिट्यूट ऑफ सायन्स' या संस्थेतील प्रशिक्षणासाठी माझी निवड झाली असताना तेथील वाइल्ड लाईफ बॉयॉलॉजीच्या अभ्यासक्रमातील अरण्यवाचन हा एक आवश्यक भाग असल्यामुळं मला अरण्यवाचनाची थोडीफार माहिती झाली होतीच. या इन्स्टिट्यूटमध्ये आम्हाला अरण्यवाचनाचे प्रत्यक्ष पाठ ओरिसातील सिमलीपाल या व्याघ्रप्रकल्पाचे क्षेत्रसंचालक सरोजराज चौधरी या ज्येष्ठ आणि अनुभवी वनाधिकाऱ्यांकडून दक्षिणेकडील मुंडनथुराई या अभयारण्यात मिळाले होते. या ज्ञानाचा पुढे मला अरण्यवाचनात फार उपयोग झाला.

अरण्यवाचनाला प्रारंभ करण्यापूर्वी ज्या अरण्यात अरण्यवाचन करावयाचं आहे तेथील वाटा आणि नाल्यांची माहिती नकाशाद्वारे करून घेणं अत्यावश्यक असतं. तसेच जंगलातील दिशा देखील सहज ओळखता आल्या पाहिजेत. याबरोबरच जंगलातील सांबरांची लोटणं, खरमती, जनावरांच्या सगरी, तृणभक्षी जनावरांचे बसके यांचीही माहिती करून घेतली पाहिजे.

अनोळखी जंगलात फिरताना प्रारंभी काही गोष्टींची खबरदारी घेणं अत्यावश्यक असतं. जंगलात हिंडताना वाट चुकू नये म्हणून कोयत्यानं झाडांच्या

बुंध्यांवर खुणा करीत किंवा वाटेवरील झुडपांच्या फांद्या अधूनमधून ओळखणीसाठी टाकत जावं लागतं म्हणजे गेल्या वाटेनं आपल्याला वाट न चुकता परत येता येतं. एवढी दक्षता घेऊनही वाट हरवली तर त्या जंगलातील नदी अथवा ओढ्याच्या काठाकाठानं प्रवाहाच्या दिशेनं जावं म्हणजे एखादं गाव लागतं किंवा माणसं भेटतात. त्यांना विचारून पुढची वाटचाल करता येते. परंतु जंगलात वाट चुकल्यानंतर आपल्या मुक्कामावर परत येणं हा मोठा विलक्षण अनुभव असतो.

जंगलात फिरताना आपण एरवी कपड्यांच्या बाबतीत तसेच इतर बाबतीतही जी खबरदारी घेतो, ती येथेही घेणं आवश्यक असतं. न घेतल्यास अडचणी निर्माण होण्याची व धोका होण्याचीही शक्यता असते.

याबरोबरच आपल्याजवळील हॅवरसॅकमध्ये मृत प्राण्याच्या अवशेषांचं वजन करण्याकरिता वजनाचा काटा, चाकू, कोयता, वाघाच्या तसेच इतर प्राण्यांच्या पाऊलखुणा ट्रेसिंग करण्याची काच, दोन-तीन रंगीत फेल्ट पेनं, जनावरांच्या लेंड्या जमा करण्याकरिता प्लॅस्टिकच्या लहान पिशव्या, त्या अलगद उचलण्याकरिता चिमटा, गळ्यात दुर्बीण, खांद्यावर पाण्याची शागल, एका खिशात पोलिसाची शिटी, दुसऱ्या खिशात मॅग्नेटिक कंपास, पँटच्या मांडीवरील खिशात नोंदवही आदी वस्तू जवळ ठेवणंही अत्यंत महत्त्वाचं आहे.

सर्वच जंगली जनावरांजवळ जाण्यासाठी एक सुरक्षित अंतर राखावं लागतं. त्या मर्यादांचं अतिक्रमण झालं की ती दूर पळून जातात. आणि ती स्वसंरक्षणाच्या तयारीत राहतात. यासाठी जंगली जनावरांच्या अस्तित्वाच्या खाणाखुणा, त्यांची सावट, त्यांचे आवाज, गंध आणि रूपरंगाशी परिचित व्हावं लागतं. आपण जंगली जनावरांना शोधून काढण्यापूर्वीच त्यांनी आपल्याला वासावरून शोधलेलं असतं. कित्येकदा आपल्याला न कळत काही अंतरावरून झुडपातून निरीक्षण करीत ती जनावरं आपल्याबरोबर समांतर चालत असतात. आपल्या शरीराच्या वासावरून आपला हेतूही त्यांनी ओळखलेला असतो. त्यांची घ्राणेंद्रिये इतकी संवेदनशील असतात की त्यांनी आपल्याजवळ बंदूक आहे हे काडतुसाच्या वासावरून ओळखलेलं असतं.

नागझिरा अभयारण्याच्या मध्यावर एकुलतं एक तळं आहे. सभोवती विखुरलेली गवती कुरणं आहेत. त्यात विरळशी धावड्याची उंच झाडं छत्र्यांसारखी उभी आहेत. तळ्याच्या पश्चिमेकडं डोंगराळ भागात बांबूचं जंगल, त्यामुळं चितळं, सांबरं आणि रानगवे यासारखी तृणभक्षी जनावरं सभोवताली नेहमीच चरताना दिसतात.

एकदा जंगलात फिरताना मला एका ठिकाणी सारख्या उंचीपर्यंत बाबूंची पानं कापलेली दिसली. जंगलात असं काम कोण करतं म्हणून माझं कुतूहल जागृत झालं. पुढे अधिक माहिती मिळवल्यावर असं कळलं की, चितळं बांबूच्या बेटातील त्यांच्या उंचीपर्यंतची पानं खात असतात. ती सतत त्या बेटात चरत असल्यामुळं एखाद्या कात्रीनं छाटावं तशी ती उंची कायमची राखली जाते. अशा रेषेला हरिणरेषा म्हणतात. अशा हरिणरेषा सांबर आणि नीलगाई ज्या बांबूच्या क्षेत्रात चरतात तिथंच दिसून येतात.

रानात फिरताना अनेक अनाकलनीय गोष्टी आढळून येतात. कुठं लेंड्यांचे ढीग, तर कुठं खाल्लेल्या प्राण्यांचे अवशेष, तर कुठं जनावरांनी तुडवलेल्या जागा. हे सर्व पाहून आपली जिज्ञासा जागृत होते आणि आपण ती पूर्ण करण्याच्या मागे लागतो. सर्वच जनावरांच्या सवयी सारख्या नसतात. नीलगाईची एक विशेष सवय असते. ती एकाच ठिकाणी रोज ठरलेल्या वेळी लेंड्या टाकते. कित्येकदा या लेंड्यांचा ढीग हातभर उंचीचा होतो. त्यास नीलगाईची मखर म्हणतात. अशा मखरीच्या अवतीभवतीची जागा रमलेली असते. ती नरानं गुडघे टेकून मादीचा अनुनय केल्यामुळं तयार झालेली असते. एखाद्या झाडाखाली कवराचा सडा पडलेला असतो. या कवरावरून जनावरं कुठल्या झाडाची पानं आणि फळं खातात याचा बोध होतो.

कोठरी नावाची हरणं देखील लेंड्यांची मखर बनवितात; पण त्यांच्या खुदानी मखरीभोवतीच असतात. अशी मखरं ओळखण्याची हमखास खूण आहे. कोठऱ्या चरण्यासाठी शेतावर गेल्या की त्या बांधावर किंवा खताच्या ढिगावर वाढलेली बोदलवेलीची टेंबराएवढी पिकली फळं खातात. त्यातील बी त्यांच्या लेंड्यांतून बाहेर पडते आणि ते पावसात लगेच रुजते, वाढते. पावसाळ्यानंतर त्याची वेल वाढून मखरीवरच पिवळ्या रंगाची फळं दिसू लागतात. भेकरं आणि काळविटांच्या लेंड्यांची अशीच मखरं असतात.

अंदाजे शंभर फूट व्यासाच्या गोलाकार जमिनीवर दिवस मावळल्यावर दोन-तीन नर सांबर, तीन-चार माद्या, चार-पाच विविध वयांची शावकं एकत्र जमतात. ते गोल गोल फेऱ्या मारतात. नरांच्या लुटुपुटुच्या टकरी होतात. त्या वेळी शिंगांचा खणखणाट होतो. माद्या रिंगणात हुंदडतात. एकमेकांना दुशा मारतात. त्यांची पिलंही तिथंच खेळत बागडत असतात. त्यामुळं ती जागा रमदाळते. या रमलेल्या जागेलाच खुरण असे म्हणतात. रात्रीला सांबरकुळ इथंच विसाव्याला बसतं. कवर करताना त्यांनी खाल्लेल्या आवडत्या फळांच्या बिया तोंडातून पडल्यामुळं त्या इतस्ततः विखुरलेल्या असतात. बियांवरून त्यांनी खाल्लेल्या

फळांची ओळखण होते. खुरणातील नरांचं आणि माद्यांचं प्रणयाराधनही येथेच चाललेलं असतं. मधूनच एखादी मादी आपल्या आवडत्या नरावर भाळते आणि ते दोघं रात्रीला जंगलात नाहीसे होतात.

नर सांबर मागच्या दोन पायांवर उभा राहून पुढचे दोन पाय झाडाच्या खोडावर जिथपर्यंत पोहोचतील तिथं खूर घासतो. त्यामुळं तेथील जागा मळते. ढाकांच्या खुरांना तेलग्रंथी असतात. मळलेल्या ठिकाणी तो दुसऱ्या नरानं त्या झाडाजवळ येऊ नये म्हणून तेलग्रंथी घासून खुणा करीत असतो.

झाडाभोवती पाय आपटल्यामुळं खालील जमीन उधळून निघते. अशा जागेला स्टॅपिंग ग्राउंड म्हणतात. अशा झाडाभोवती ढाक सांबरीमागं गोल गोल फिरत तिचा अनुनय करतो. जंगलात भटकताना ओढ्याकाठी कुठंतरी आपल्याला एखाद्या दंडा एवढ्या जाड झाडाच्या खोडावरील साल निघालेली दिसेल. झाडाच्या फांद्या, पानंही मोडलेल्या अवस्थेत दिसतील. यावरून या ठिकाणी ढाकानं आपल्या डोळ्यानजीक असलेल्या तेलग्रंथी निश्चित घासलेल्या आहेत असे अनुमान करावे. अशा क्रियेला घासण म्हणतात. जंगलात फिरताना असे चिन्ह आढळून आले की नर सांबर मादीच्या शोधात आहे असे समजावे.

नव्यानेच फुटलेल्या भारशिंगांवर आलेलं मखमली आवरण काढून टाकण्यासाठी मृगपरिवार झाडावर आपली शिंग घासत असतो. जंगलात घासल्याच्या अशा स्पष्ट खुणा अनेक झाडांवर दिसतात. या खुणा जमिनीपासून एक ते चार फूट उंचीवर असतात. त्यावरून या खुणा सांबर आणि चितळ यांपैकी कोणी केल्या आहेत हे माहीत होते.

रानडुकरांच्या आश्रयस्थानाभोवती असलेल्या झाडांवर जमिनीपासून अंदाजे तीन फुटांवर घासण दिसून येते. ही झाडं रानडुकरं नियमितपणे अंग घासण्यासाठी उपयोगात आणत असल्यामुळं त्यावरची साल निघून जाते. आणि त्यावर चिखलाचा थर दिसून येतो. त्यांच्या येण्याजाण्याच्या वाटेवर असलेल्या उंच वारुळांवरही असंच घासण आढळून येतं.

जंगलातील दगडगोट्यांतून कपारी आणि छिद्रे असतात. जमिनीवर बिळे आढळून येतात. वृक्षांवर ढोली दिसून येतात. ही सर्व पशुपक्ष्यांची आश्रयस्थानं असतात. बरेचसे मांसाहारी प्राणी बिळातून वास करतात. ही आश्रयस्थानं ते स्वतः उकरून बनवितात किंवा दुसऱ्याची बळकावून बसतात. सायाळांची घरं म्हणजे अनेक भुयारांचा समूह असतो. उकरलेल्या मातीचा ढीग तोंडाशी पडलेला असतो. त्यांना एक किंवा दोन आत शिरण्याच्या आणि बाहेर जाण्याच्या वाटा असतात. प्रवेशद्वाराजवळ पडलेले शिंगांचे तुकडे, हाडं आणि भारशिंगांवरून त्यांच्या घरांची

ओळखण होते. त्यांच्या येण्याजाण्याच्या सगरीवर जागोजागी काटे पडलेले असतात. तसेच खजुरीच्या बी एवढ्या चॉकलेटी रंगाच्या लेंड्याही दिसून येतात.

अरण्यात दिसणाऱ्या खड्यांवरूनही ते खड्डे कोणी केले आहेत हे ओळखता आलं पाहिजे. रानगव्यांची घ्राणेंद्रिये विलक्षण तीक्ष्ण असतात. रानात पाण्याचं दुर्भिक्ष असलं म्हणजे ते वरच्या पातळीवरील पाणी वासावरून सहज शोधून काढतात. शिंगांनी खड्डा करून त्यात साचलेलं पाणी ते पितात. इतर प्राणी अशा स्थळांचा उपयोग पाणझरी म्हणून करतात.

रानडुकरांची सार जिथं चरते तो भाग एखाद्या नांगरटीसारखा दिसतो. जमिनीतील कंदमुळं आणि कृमी-अळ्यांसाठी रानडुकरांनी त्यांच्या खुरांनी खोदलेलं असतं.

अस्वलं देखील जमिनीत खोलवर असणाऱ्या तेलमुंग्या खाण्यासाठी एक दीड हात खोलीचे खड्डे पुढच्या पंजाच्या तीक्ष्ण नखांनी उकरत असतात. साऱई मात्र एखाद्या वेलीच्या अथवा बांबूच्या बेटाच्या मुळाशी खड्डा करीत असते. बांबूच्या मुळाशी खड्डा करून ती बांबूचं मूळ खात असते. अनेकदा कंदांचे अवशेष तिथंच पडलेले असतात.

खवल्या मांजरानं केलेले उगदे लहान परंतु विखुरलेले असतात.

ओढ्याकाठी असलेल्या अंजनाच्या उंच वृक्षांवरील मधाच्या पोळ्या खाण्यासाठी अस्वलं त्या झाडांवर चढत असतात. त्या वृक्षांच्या बुंध्यांवर त्यांच्या नखांचे ओरखडे पडलेले असतात. ही क्षतं वर्षानुवर्षे झाडांवर पडून एक प्रकारची नक्षी त्या झाडांच्या मुलायम नितळ सालीवर दिसून येते. यावरून ही अस्वलांची झाडं आहेत हे लक्षात ठेवावं लागतं. एखादवेळी इथल्या परिसरात भटकताना एखादं अस्वल कधी ओरबाडून काढील याची खात्री नसते. याकरिता झाडांवरील नक्षी पाहून ती कोणत्या जनावरानं केली आहे हे अवश्य ओळखता आलं पाहिजे.

वाघ आणि बिबट्या गुहेत राहतात अशी आपली समजूत असली तरी प्रत्यक्षात तसं आढळून येत नाही. मात्र क्वचितच ते गुहेचा आश्रय घेतात. वाघाच्या गुहा जंगलात एकांतात आढळून येतात. झाडांच्या बुंध्यांवर बिबट्याच्या नखांचे ओरखडे दिसतात. वाघ आपल्या पंजांची नखं स्वच्छ करण्याकरिता खडबडीत आणि जाड सालीच्या बुंध्यावर ती घासतो. अशी झाडं बहुतेक ३० ते ४५ अंशाच्या कोनात वाढलेली असतात. सालीवर नखांच्या खोलवर गेलेल्या खुणा उमटलेल्या दिसतात. अनेकदा तिथं वाघाच्या नखांचे अवशेषही जमिनीवर पडलेले आढळून येतात.

झाडांवर घासून झालं की निघून जाण्यापूर्वी वाघ आणि बिबट्यादेखील त्या घासलेल्या भागावर आपल्या मूत्राची धार सोडतात. कधी कधी रस्त्यानं उकीर आढळून येतात. हे उकीर वाघांनी आपल्या मागच्या पायांच्या पंजांनी जमीन उकरल्यामुळं झालेले असतात. इथूनच त्यांनी आपली जाण्याची दिशा बदललेली असते. या उकिरांच्या जवळच त्यांनी विष्ठापण टाकलेली दिसते. झाडांवरून आणि या खुणांवरून आपल्याला वाघांच्या आणि बिबट्यांच्या राहण्याच्या जागा शोधता आल्या पाहिजेत. मांजरंदेखील झाडांवर अशाच खुणा करीत असतात.

रानगव्यांच्या पोवावर पुष्कळ वेळा वाघाच्या पंजांचे ठसे आढळून येतात. वाघ आपले मुलायम पाऊल पोवावर ठेवून त्यांचं तापमान मोजत असतो. त्यामुळं त्या खुणा झालेल्या असतात. या पोवाच्या तापमानावरून त्याला रानगव्यांचा कळप किती दूर गेला आहे याची माहिती मिळते. यावरून त्याला सावजाचा मागोवा काढायला फार सोपं जातं.

रानात फिरताना एखाद्या झाडाखाली ताजी पानं, लहान फांद्या पडलेल्या आढळल्या की वानरं जवळपासच कुठंतरी चरत आहेत असं समजावं. चितळांचा कळप आणि चौसिंगा अशा वानरांच्या कळपा मागोमाग खाली पडलेली पानं चरत चरत जातात. वानरं देखील कवर टाकत असल्याचं आढळून येतं.

अरण्यात इतस्ततः फिरत असताना जनावरांच्या पावलांचा खडका ओळखणं ही एक अद्भुत किमया आहे.

सांबरांच पाऊल पानांवर पडत असताना टपशीर असा आवाज होतो. झाडावरून जमिनीवर पानं पडताना जसा टपटप आवाज येतो तशीच निरनिराळ्या सांबरांची टपटप अशी चाहूल असते. रानडुकरांच्या पायांचा आवाज अप-खूर, टप-खूर असा होतो तर अस्वलांच्या पायांचा चाड-चूड, चाड-चूड असा आवाज होतो. चितळाची चाहूल सांबराच्या खडक्यासारखीच पण हळुवार. कोठरीचा खडका मात्र ऐकू येत नाही. कारण तिचे खूर लहान असतात. पानांना खुरांनी छेद पाडून ते चूपचाप निघून जातात. नीलगाईचा खडका सांबरासारखाच परंतु तो घसटता असतो. रानगव्यांचा खडका खाड-खिड, खाड-खिड असा होतो; परंतु त्यांचे पाय बांबूंवर पडले तर मात्र फटशीर आणि गोट्यांवर पाय पडला तर गोटे धडाधड पडल्याचा खडका ऐकू येतो. चिंकाऱ्यांची चाहूल बहुधा ऐकू येत नाही. बहुतेक ते दिसतही नाहीत. सारई सरसर आवाज करीत चालते. मुंगूस मात्र या गोट्यावरून त्या गोट्यावर उड्या घेत जातो. त्याच्या पावलांना गादी असल्यामुळं त्याच्या पावलांचा आवाज येत नाही. मोहडोंबरी मात्र किडे-माकोडे शोधत शोधत

जात असल्यामुळं ती खूप खडका करीत जात असते. चालताना तिच्या पायांखालचा पाचोळा खूप वाजतो. तरस चालत असला म्हणजे खूप आवाज होतो. तो अत्यंत अजागळ प्राणी आहे. चालताना समोरून येणाऱ्या माणसाचं किंवा प्राण्याचं त्याला भान राहात नाही. तो सरळ त्यांच्यावर जाऊन धडकतो. मात्र रानकुत्री मोठी चलाख असतात. त्यांचा खडका ऐकू येत नाही. खडका होऊ नये म्हणून जंगलातील पालापाचोळ्यातून न जाता मळलेल्या पायवाटा आणि वेड्यावाकड्या रस्त्यानं ती नेहमी जातात. बिबट आणि वाघाची चाहूल कधी लक्षात येतच नाही. म्हणूनच की काय वाघ आणि बिबट दुरून दिसले की वानरं खॅक खॅक, खिकीट, खॅक खॅक असा तर मोर दूरवर उडताना को, को, को असा धोकासूचक आवाज करून सर्व प्राणिजगाला सावध करतात.

जनावरांचा खडका जसा परिचयाचा असावा लागतो तसेच त्यांचे आवाजही परिचयाचे असणे तितकेच महत्त्वाचे असते. सांबराची मादी कॅक कॅक तर ढाक कोंक कोंक असा आवाज करीत असतो. नर चितळ कोहरऽ कोहरऽऽ कोहरऽऽऽ असा आवाज करतो. त्याची मादी मात्र आवाज करीत नाही. भेकर कुहुऽ कुहुऽऽ कुहुऽऽऽ, चिंकारा ख्यँरऽ ख्यँरऽऽ ख्यँरऽऽऽ, नीलघोडा भंकऽ भंकऽऽ भंकऽऽऽ, रानगवा मुहुहुऽ मुहुहुऽऽ मुहुहुऽऽऽ, सारई फुस, फुस, खोकड खँ खँ खेऽ खँ खँ खेऽऽ खँ खँ खेऽऽऽ आणि मुंगूस सापासारखा फुस फुस असे निरनिराळे प्राणी निरनिराळ्या प्रकारचे आवाज करीत असतात.

जंगली जनावरं जंगलात ज्या भागात विसाव्याला बसतात किंवा झाडांवर अंग घासतात त्या ठिकाणी त्यांच्या अंगाचा वास घुमत असतो. अस्वलाच्या अंगाचा वास घुटऱ्यान् घुटऱ्यान् म्हणजे मकोड्यांसारखा येत असतो. अस्वलं मोहाची फुलं खातात त्या दिवसांत मोयन् मोयन् तर टेंभुर्णीची फळं खातात त्या दिवसांत मिरिंगता मिरिंगता असा वास येतो. बिबटाचा वास बोतड्यान् बोतड्यान् तर वाघाचा वास उग्र घुटऱ्यान् घुटऱ्यान् असा येत असतो. असा वास येत असेल तर त्या भागात अत्यंत सावधानतेनं आणि दक्षतेनंच फिरायला पाहिजे.

याप्रमाणं अरण्याचा पूर्ण परिचय करून घेऊन स्वतंत्रपणे अरण्यवाचनाची तयारी करण्याकरिता दीड ते दोन आठवडे सरावासाठी देणं अत्यावश्यक आहे.

रानकुत्री दुपारच्या वेळी बहुतकरून एखाद्या नाल्यात विसावा घेतात. रानकुत्र्यांनी केलेल्या शिकारीची जागा शोधण्यास भेरा-ट्री पाय या पक्ष्याची मदत होते. जिथं रानकुत्र्यांनी गारा केला असेल तिथं जवळच झाडावर बसून तो पक्षी मोठमोठ्यानं कर्कश आवाजात बोंबलत असतो. संध्याकाळ झाली की सात-आठ भेरा पक्ष्यांचा थवा त्या मेलेल्या जनावरावर तुटून पडतो.

मैदानी भागात एखादं जनावर मरून पडलं असेल तर कावळे आणि गिधाडं त्या ठिकाणी घिरट्या घालू लागतात. गिधाडं दुपारच्या वेळी आकाशातून मेलेलं जनावर हेरतात. कावळ्यांच्या हालचालीमुळं देखील एखादा मेलेला प्राणी जवळपास पडलेला असल्याची माहिती त्यांना मिळते. त्याबरोबर गिधाडं झरझर खाली उतरू लागतात. गिधाडं ज्या दिशेनं झेपावतात त्या दिशेनं मागोवा घेतल्यास मृत प्राण्याचा किंवा त्याच्या अवशेषांचा निश्चितपणे शोध घेता येतो. घनदाट जंगलात मात्र असं दृश्य दिसून येत नाही.

गिधाडं दूरवर थांबली असतील किंवा जवळपास बसली असतील तर मृत जनावराकडे जाताना सावधगिरी बाळगायलाच हवी. जवळपास मोठं जनावर असल्याचं अनुमान यावरून करता येतं. भुकेला वाघ माणसाला पाहताच दूर जात असला तरी तो भक्ष्यापासून फार दूर जात नाही. तो तिथं जवळच थांबलेला असतो. अनेकदा तर तो माणसाला भिऊन दूर जातही नाही.

अरण्यवाचन करणाऱ्या व्यक्तीला जंगली जनावरांच्या अस्तित्वाच्या खाणाखुणांबरोबरच त्यांच्या पाऊलखुणांचीही माहिती असणं आवश्यक आहे. जंगलात चरताना तसेच इतस्ततः फिरताना जंगली जनावरांच्या पावलांचे ठसे जमिनीवर उमटतात. ही पदचिन्हे आणि त्यातील ठरावीक अंतर यावरून त्या पाऊलखुणा कोणत्या जनावराच्या आहेत, त्याचं वय, लिंग तसेच ते किती वेगानं जात होतं ते ठरविता येतं.

मृत जनावराच्या सभोवती दिसणाऱ्या पाऊलखुणा आणि अन्य पुराव्यांवरून त्या ठिकाणी कोणता मांसाहारी प्राणी किंवा सडलेलं मांस खाणारं जनावर त्या गाऱ्यावर येऊन गेलं ते ठरविता येतं. तसेच सावजाच्या गळ्यावरील सुळ्यांच्या आणि दातांच्या खुणांवरून आणि त्यामधील अंतरावरून ते सावज वाघ किंवा बिबट यापैकी कुणी मारलं याचा पत्ता लागतो. वाघाच्या बाबतीत दोन सुळ्यांमधील अंतर तुलनेनं बरंच असतं. सावजाला खाण्याच्या पद्धतीवरूनही सावज कोणी मारलं हे ठरविता येतं. वाघ गाऱ्याच्या मांड्यांपासून त्याला खावयास सुरुवात करतो, तर बिबट गाऱ्याच्या पोट किंवा छातीपासून त्याला खावयास सुरुवात करतो. वाघाची सावजाला खाण्याची पद्धतही मोठी मजेदार असते. तो सावज खाताना जास्तीत जास्त स्वच्छता राखतो. ज्यामुळं आजूबाजूला घाण होईल अशा आतडी व इतर नलिकांना तो मुळीच स्पर्श करीत नाही.

बिबटाचं मात्र याउलट आहे. बिबट आपलं भक्ष्य खाताना खूप घाण करतो. दुसऱ्या मांसाहारी प्राण्यापासून आपलं भक्ष्य सुरक्षित राहावं म्हणून बिबट ते उंच

झाडावरील फांद्यांवर नेऊन ठेवतो; परंतु वाघ मात्र आपल्या भक्ष्याजवळ बरेच दिवस राहतो, आणि दररोज गरजेपुरतंच खातो. गिधाडांनी त्यावर आक्रमण केलेलं त्याला आवडत नाही. अनेकदा तर तो सावजावर तुटून पडणाऱ्या एक-दोन गिधाडांना मारूनही टाकतो. इतर जनावरांपासून भक्ष्याचं संरक्षण व्हावं म्हणून वाघ ते माती, फांद्या आणि पालापाचोळ्यानं झाकून टाकतो.

वाघानं गारा केल्यावर जंगलातील मांसभक्षी जनावरं वाघाची नजर चुकवून त्या गाऱ्यावर ताव मारण्याचा प्रयत्न करीत असतात. त्यामुळं त्या गाऱ्याच्या आसपास अशा अनेक जंगली मांसभक्षी जनावरांची पदचिन्हं उमटलेली असतात. अरण्यवाचनासाठी या पदचिन्हांचा फार उपयोग होतो.

वन्यप्राण्यांच्या अस्तित्वाच्या खाणाखुणा पाहण्यासाठी रस्ते, नदीचा किनारा, सरोवराचा काठ ही आदर्श स्थळं आहेत. सर्वच पुरावे अगदी तंतोतंत जुळतातच असं नाही. जमिनीचा कठीणपणा आणि त्या वेळची जनावरांची चालण्याची ढब यावर ते अवलंबून असतात. खोल चिखलात आणि मऊ रेतीत खाणाखुणा स्पष्ट नसतात. त्या मूळ आकृतीपेक्षाही मोठ्या पसरट असतात. तेच पुरावे कठीण जमिनीवर वास्तव स्वरूपात असतात आणि पावलांच्या ठशांच्या रूपरेषाही सुस्पष्ट असतात. जनावर धावत गेलं असेल तर पावलांच्या ठशांचा पुढील भाग अधिक खोलगट दिसतो. हा खोलगटपणा मऊ मातीत अधिक स्पष्ट दिसून येतो. चांगली झेप घेण्याकरिता पायांची बोटं किंवा खूर अलग होतात. त्यामुळं साहजिकच ठसे आहे त्यापेक्षा मोठे उमटतात. खोल रेतीतून पळत गेलेल्या जनावरांचे खोजे ओळखण्यास कठीण असतात.

पावलांच्या ठशांचे निरीक्षण करण्याकरिता सर्वात उत्तम वेळ सकाळची असते. कारण त्या वेळी ठसे ताजे आणि अस्पर्शही असतात. जसजसा दिवस वाढत जातो तसतशा या पाऊलखुणा वारा, ऊन आणि हवेतील उष्णतामानानुसार आणि माणसांच्या रहदारीमुळं अस्पष्ट होऊ लागतात.

जंगलात अगदी प्रामुख्यानं दिसतात ते वाघांच्या पावलांचे ठसे. त्यानं मागं सोडलेल्या खाणाखुणांवरून त्याच्या दिनचर्येविषयी बरंच काही सांगता येईल. त्या पुराव्यांचा मागोवा घ्यायचा असला तर तो अनुभवी मागोवादार किंवा मार्गदर्शकाच्या साहाय्यानं घ्यावा. वाघाच्या पाऊलखुणांवरून किती आश्चर्यकारक माहिती मिळते याची प्रचीती येईल.

त्या ठशांच्या आकारावरून आणि रूपरेषेवरून वाघ नर आहे की मादी हे निश्चिपणे सांगता येतं. तसंच तो वाघ जर नर असेल आणि आपण नियमितपणे त्या क्षेत्रात हिंडत असू तर त्या खुणा कोणत्या विशिष्ट वाघाच्या आहेत हे देखील सांगता

येईल. वाघाच्या अस्तित्वाच्या पुराव्यावरून तो ठरावीक वाघ कुठं बसला होता, त्यानं पळण्यास केव्हा सुरुवात केली आणि सावजाचा मागोवा घेण्यास केव्हा सुरुवात केली हेही सांगता येईल. वाघाचा शोध घेत जात असताना अधूनमधून कस्तुरी गंध येऊ लागतो. बारकाईनं वेध घेतल्यास वाघ मूत्राच्या पिचकारीनं मागे पुरावा सोडत जात असल्याचा सुगावा लागतो.

कुठं वाघानं मागच्या पंजानं जमीन उकरली असून तिथं त्यानं विष्ठा टाकलेली आढळून येईल. त्या विष्ठेच्या परीक्षणावरून त्यानं त्या दिवशी काय खाल्लं याचीही माहिती सहज मिळते. तसेच त्याच वाटेनं आपण थोडं पुढं गेलो तर नर आणि मादी त्याच वाटेनं गेले असून त्यांच्या पाऊलखुणा ताज्या असल्यामुळं ते एकत्रित असल्याचाही पुरावा मिळतो. याप्रमाणं वाघाच्या ठशांचा मागोवा कुशलतेनं घेतला तर आपण वाघाच्या राहत्या जागी, गाऱ्यावर किंवा गुहेजवळ सहज पोहोचू शकतो.

वाघाच्या पावलांचे ठसे दिसले की त्याचं ट्रेसिंग करण्याची इच्छा स्वाभाविकपणे होतेच. परंतु ट्रेसिंगचं साहित्य जवळ असल्याशिवाय ते करणं फार कठीण आहे. यासाठी ८" x १२" (२० सें. मी. x ३० सें. मी.) आकाराची लाकडी चौकट असलेली काच उपयोगात आणावी. काचेच्या लाकडी चौकटीची जाडी पाव इंच असावी. काचेची चौकट पाऊलखुणांवर ठेवताना काचेचा स्पर्श जमिनीला होणार नाही अशी खबरदारी घ्यावी. आपली दृष्टी सरळ ठेवून ठशांच्या बाह्य रेषांचं ट्रेसिंग काळ्या फेल्ट पेनच्या साहाय्यानं करावं. पातळ अशा ट्रेसिंग पेपरनं काचेवरील ठशांच्या कृतीचं अनुलेखन करावं. अशा तऱ्हेनं आपल्याला वाघाच्या पावलांच्या ठशांची कायम स्वरूपात नोंद करून ठेवता येईल.

आदिवासींना आजूबाजूच्या परिसराच्या नैसर्गिक इतिहासाचं ज्ञान असतं. तसंच जंगली जनावरांच्या पाऊलखुणा आणि इतर पुरावे अचूक ओळखण्याची खुबी त्यांना उपजत अवगत झालेली असते. या वनविद्येच्या आधारानं कोणता वन्यप्राणी, कोणत्या ऋतूत आणि कोणत्या दिवशी दिसेल, तसेच त्याला कोणत्या आमिषाद्वारे आकर्षित करावं याची माहितीही तो सहज सांगू शकतो. तेव्हा शक्य झाल्यास त्याचंही याकरिता साहाय्य घ्यावं.

या सर्व गोष्टींचं ज्ञान अनुभवानं, योग्य आणि अचूक अशा मार्गदर्शनानं तसेच सततच्या निरीक्षणानं सहज साध्य करून घेता येतं.

अरण्यात संध्याकाळी अधूनमधून दिसून येणाऱ्या जंगली जनावरांत चांदी अस्वल हे एक महत्त्वाचं जनावर आहे. पतझडी जंगलातील टेकड्या, डोंगराळ

भाग आणि ओढे तसेच नदीकाठी ते राहात असतात. अस्वलांप्रमाणं चांदी अस्वलालाही नदीच्या पात्रात खड्डे करण्याची सवय असते. हे खड्डे ते पाण्यात शोध घेण्यासाठी करीत असतात.

पाणझरीकाठच्या ओल्या मातीत आणि चिखलात त्यांच्या पाऊलखुणा उमटलेल्या आढळतात. त्यांच्या पायाला पाच बोटं असतात आणि लांब नखं असतात. बोटांच्या मऊ तळव्याचे ठसे अगदी ओळीत दिसतात. मुख्य पायाचा तळवा आणि नखाच्या खुणा स्पष्ट उमटतात. या पाऊलखुणा एखाद्या लहान अस्वलाच्या पावलांच्या ठशांसारख्याच असतात. त्याच्या लेंड्यांवरून त्यानं काय खाल्लं आहे याची माहिती मिळते. त्यात अनेकदा कीटक, उंदीर, घुशींचे केस आणि इतर फळांचा समावेश असतो. विष्ठा टाकण्याच्या त्याच्या ठरावीक जागा असतात. अंदाजे वीतभर लांबोडा खड्डा करून त्यात ते विष्ठा टाकतात. अशा खड्डयांचा उपयोग विष्ठा टाकण्यासाठी ते सतत करीत असल्यामुळं ते तो खड्डा झाकत नाहीत. तो तसाच उघडा ठेवतात. अशा जागा त्यांच्या राहण्याच्या जागेजवळ किंवा नेहमीच्या वाटेवर असतात.

कोल्हे बिळं करून राहतात. तसेच ते अनेकदा खडकांच्या कप्पीतही राहतात. जंगलातील वापरात नसलेल्या रस्त्यांवरील पुलांखाली देखील ते राहात असल्याचं आढळून येतं. मिळालेलं भक्ष्य निवासस्थानाच्या जवळच कुठंतरी पुरून ठेवण्याची त्यांना सवय असते. असे ताजे खड्डे उकरून काढल्यास त्यात मृत तितर आणि रानउंदीर आढळून येतात.

अनेकांना कोल्हे आणि खोकड यांतील फरक एकदम ओळखता येत नाही. खोकड आकारानं कोल्ह्यापेक्षा लहान असतात. प्रामुख्यानं माळरानं आणि झुडपी जंगलात ते राहतात. पडीक शेताच्या बांधांवर तसेच कालव्यांच्या आसपासही त्यांची बिळं असतात. अनेकदा सशांनी सोडून दिलेली बिळं देखील खोकड वापरतात. बिळाबाहेर मातीचा ढीग पडलेला असतो. पिलांकरिता केलेल्या शिकारीचे अंश बिळाच्या तोंडाजवळ विखुरलेले असतात. त्यात पक्ष्यांचे पंख, चोच, सशाचे पाय, नखं आणि हाडं आढळतात. बिळांचा उपयोग त्यांना शत्रूंपासून सुटका करून घेण्यास होतो. बिळाच्या तोंडाजवळ पिलं विष्ठा आणि मूत्र टाकत असल्यामुळं ती जागा खतावते आणि आणि पाऊस पडताच या बिळासमोर वनस्पती आणि गवत जोमानं वाढते. ते ठिकाण आजूबाजूच्या जागेपेक्षा अधिक उठून दिसते.

ससे त्यांना आवडणाऱ्या दोन हात रुंद जागेतील गवत कुरतडून कुरतडून काढून टाकतात. ते ती जागा स्वच्छ करतात. त्यांच्या पुढच्या पायांच्या पंज्यांच्या

बोटांत लांब केस असतात. त्यांच्या मदतीनं ते ती जागा गादीसारखी करतात. एखाद्या गिलावा केलेल्या जागेप्रमाणं ती जागा ते गुळगुळीत करतात. अशा जागेलाच लोळण असे म्हणतात.

दिवस मावळायला आला की ससे चरायला बाहेर निघतात. ते पहिल्यांदा लोळणीवर येतात. त्यांना पाहून त्यांच्या माद्याही बाहेर निघतात. त्यांच्या मागोमाग त्यांची पिलंही तिथं गोळा होतात. ससे नाचतात. बागडतात. त्यांच्याबरोबर त्यांच्या माद्या आणि पिलंही खेळतात. त्यांच्यात लुटुपुटुची लढाई होते. सर्वजण धुळीत मस्ती करतात. थोड्या वेळानं ते जंगलात नित्याप्रमाणं चरायला जातात. सशांचं निरीक्षण करण्याकरिता त्यांच्या लोळणी ओळखता आल्या पाहिजेत.

सशांच्या लेंड्या ओळखणं फार सोपं असतं. आकारानं त्या गोल आणि चपट्या असतात. सशांनी काय खाल्लं आहे हे त्या लेंड्यांचं निरीक्षण करून ठरवता येतं. सशांच्या चरण्याच्या क्षेत्रात अशा लेंड्या फार मोठ्या प्रमाणात आढळून येतात.

रात्री हिंडणारा खवल्या मांजर डोंगरातील दगडगोट्यांच्या बिळातून राहातो. जमिनीवर पडलेल्या त्याच्या एखाद्या खवल्यानं त्याच्या अस्तित्वाचा पुरावा मिळतो. त्याच्या येण्या-जाण्याच्या सगरी दगड गोट्यांतून जात असल्यामुळं त्याच्या पाऊलखुणा क्वचितच दिसतात. कधी तरी एखाद्या वनमार्गावरून तो गेला तरी त्याच्या पावलाचे ठसे अस्पष्ट उमटतात. मात्र या ठशांतून एक सरळ आखीव रेषा जाते. ती त्याच्या लांब आणि अवजड शेपटीचं टोक जमिनीवर टेकल्यामुळं आखली जाते.

जंगलातून किंवा माळरानातून हिंडताना ठिकठिकाणी झुडपात अथवा उघड्यावरती मातीचे ढीग आणि बिळं दिसतात. जवळ जवळ अठरा मीटरपर्यंत अशी बिळं विखुरलेली आढळून येतात. जमीन भुसभुशीत झालेली दिसून येते. ही बिळं रानउंदरांनी केलेली असतात. जमिनीखाली त्यांच्या बिळांची रचना मोठी मजेशीर असते. या बिळात नर आणि मादीकरिता वेगवेगळी राहण्याची व्यवस्था असते. या बिळांत गवताचं बी आणि धान्य साठवून ठेवण्याच्या कोठ्याही आढळून येतात. उंदीर राहात असलेली बिळं खणून काढली तर तिथं धान्याचा विपुल साठा असल्याचं आढळून येतं. उंदीर हा साठा अन्नाचं दुर्भिक्ष झालं म्हणजे उपयोगात आणतात. आदिवासी या उंदरांच्या बिळांतील धान्याचा उपयोग दुष्काळाच्या वेळी करताना आढळतात.

बेहड्यांच्या हंगामात बेहड्याची पिकलेली फळं झाडाखाली पडत असतात. या दिवसांत बेहड्यांच्या झाडाच्या बुंध्याशी उंदीर पोखर करतात. या पोखरीत अर्धवट खाऊन टाकलेल्या बेहड्यांचे ढीग आढळून येतात.

एखाद्या दगडाळ उंचवट्याच्या पोखरीत चारोळीच्या फोलपटांचा ढीग आढळून येतो. चारोळीच्या हंगामात उंदीर चारोळी गोळा करून बिळात आणतात आणि ती निवांतपणे खात बसतात. खारींच्या सवयीदेखील उंदरांप्रमाणेच असतात. दोहोमध्ये फरक एवढाच असतो की खारी धान्य आणि इतर खाद्य एकाच ठिकाणी साठवत नाहीत. त्या लहान लहान ढीग अलग अलग आणि निरनिराळ्या ठिकाणी करीत असतात.

अरण्यवाचनासाठी रानात फिरत असताना अनेकदा गुहांमधून भाकरीसारखे पदार्थ आढळून येतात आणि ते पदार्थ पाहून मनात कुतूहल निर्माण होतं. मधाच्या हंगामात अस्वलं जंगलातील टेंबरं, मोहाची फुलं, जांभळं, रायमुनिया इत्यादी फळं खाऊन त्यावर मधाची पोळी खातात. गुहेत परतल्यावर अर्धवट पचलेली ही फळं आणि मधाचं मिश्रण कातळावर ओकतात. ते सुकलं म्हणजे त्यापासून जाड अशी भाकर तयार होते. त्यास अस्वलाची भाकर असे म्हणतात. भाकरीतील मधामुळं त्यातील फळं सडत नाहीत. त्यामुळे ही भाकर सुकल्यावर बरेच दिवस राहू शकते. पावसाळ्यात जेव्हा अन्नाचं दुर्भिक्ष असतं त्या काळात अस्वलं या भाकरीचा उपयोग आपल्या पिलांसाठी करीत असतात. आदिवासी जेव्हा ही पौष्टिक भाकर अस्वलांपासून हिसकावून घ्यायला जातात तेव्हा अनेकदा अस्वलं त्यांच्यावर हल्ला करतात.

विविध प्रकारची पानं, फुलं, फळं आणि मध खाऊन त्याच्या मिश्रणाचे लाडू वानरदेखील करीत असतात आणि ते झाडांच्या ढोलीत ठेवतात. वानर या लाडूंचा उपयोग आपल्या पिलांसाठी अन्नाची टंचाई निर्माण झाली म्हणजे करीत असतात.

रानातील अनेक झाडांखाली अर्धवट खाल्लेली टेंबरं, पेरू आणि कुरतडलेली बदामाची फळं दिसून येतात. या अशा झाडांकडे बारकाईनं पाहिल्यास झाडांवर वटवाघळाची पिलं लोंबताना दिसतील. ही फळं पिलांना भरविण्यासाठी मातापित्यांनी रानातून गोळा करून आणलेली असतात. पण खाता खाता पिलांच्या तोंडातून ती निसटून खाली पडतात. घाटमाथ्यावरील वटवृक्षांच्या आश्रयानं राहणाऱ्या वटवाघळाच्या विष्ठेतून कोकम आणि फणसाचं बी आढळून येतं. ही वाघुळं रातोरात कोकणात जाऊन ही फळं खातात आणि लगेचच परततात. कोकमचं बी तसं रुजायला अवघड असतं; पण वाघळाच्या शिटेतून पडलेलं बी मात्र लगेच उगवतं.

जंगलातील रस्त्यांवरून हिंडताना आपल्याला सापानं सरपटत रस्ता ओलांडलेला दिसून येतो. त्यामुळं कुठं अगदी सरळ तर कुठं वेडीवाकडी वण

पडते. सरळ वण बिनविषारी सापाची असते तर वेडीवाकडी वण विषारी सापाची असते असं सर्वसाधारण विधान करता येतं. नाग वेडीवाकडी वळणं घेत चालत असल्यामुळं त्या वळणाला नागमोडी वळण म्हणतात. धामणीचा मात्र याला अपवाद आहे.

जंगलात साप क्वचितच आढळतात; परंतु आडवाटेनं भटकताना कुठं नाल्याच्या पात्रात झाडाखाली अथवा रस्त्यावर सापाची कात आढळून येते. या कातीच्या रंगरूपावरून सापाची ओळखण होते.

समुद्र गरुडाचे घरटे असलेल्या झाडाच्या बुडाशी सापाची मुंडकी आणि शेपटीचे अवशेषही पडलेले आढळून येतात.

घोरपड झाडाच्या ढोलीत अथवा दगडगोट्यांतून राहात असली तरी तिची वीण मात्र पावसाळ्यात एखाद्या वारुळात होते. वारुळाच्या छिद्रातून ती सतत आतबाहेर करीत असल्यामुळं पावसानं ओल्या झालेल्या छिद्रा जवळची जागा रमून जाते. त्यामुळं तिच्या वारुळातील अस्तित्वाची माहिती होते.

जास्त पाऊस पडत असलेल्या उंच पठारी भागावर फिरताना जमिनीवर छिद्रं आणि त्याभोवती चिखलाच्या गुठळ्यांचा थर असतो. पावसाळ्यांत अशा भागात हिंडताना तिरपे चालणारे खेकडे दिसून येतात. या खेकड्यांनीच ही बिळं उकरताना चिखलाच्या या गुठळ्या बाहेर फेकून दिलेल्या असतात. परंतु हेच खेकडे पावसाळ्यानंतर नाल्याकाठी खोल जमिनीत बिळे करून पावसाची वाट पाहात जगत असलेले आढळतात. असं एखादं छिद्र खोदून खेकड्याचा मागोवा घेण्याचा प्रयत्न केला तर मीटर – दीड मीटर खोल खणूनही त्याच्या वेड्यावाकड्या गेलेल्या छिद्राच्या मार्गाचा अंतही लागत नाही.

जंगलात फिरताना आपल्याला निरनिराळ्या प्रकारच्या जनावरांच्या आणि प्राण्यांच्या अस्तित्वाच्या खाणाखुणा जशा आढळून येतात तशाच निरनिराळ्या पक्ष्यांच्या अस्तित्वाचे पुरावेही आढळून येतात.

नदीच्या अवघड दरडीवरील छिद्रं पाकोळ्या आपल्या घरट्यासाठी वापरतात. वेडा राघू आणि किलकिलादेखील आपली घरटी दरडीवरच्या बिळांतच करतात. एक किंवा अनेक पानं एकत्र शिवून शिंपी पक्षी आपला खोपा तयार करतात. बाभूळ, देवबाभूळ आणि ताड वृक्षांच्या फांद्यांना लोंबणारी सुंदर घरटी सुगरण पक्षी तयार करतात. या पक्ष्यांची विशिष्ट प्रकारची बिळं आणि त्यांची घरटी यावरून त्यांच्या तेथील अस्तित्वाचे पुरावे मिळतात.

जंगलातील अंतःस्थ भागातील शांत ठिकाणी मोरांचा कळप अंदाजे शंभर ते दीडशे फूट व्यासाच्या वतुर्ळाकार भागातील गवत आणि पालापाचोळा खुडून

स्वच्छ करतो. ही जागा पाहून असं वाटतं की कुणीतरी ती जाणीवपूर्वक मुद्दाम झाडून सारवून ठेवली असावी. वतुर्ळाच्या आजूबाजूच्या झाडांवर काही मोर बसलेले असतात. बरेच मोर त्या वतुर्ळाच्या भागातही असतात. काही मोर रिंगणात पिसारा फुलवून नाचत असतात. त्यांच्यात जणू नाचण्याची चढाओढ चाललेली असते. वतुर्ळाच्या कडेनं गर्दी करून उभ्या असलेल्या लांडोरी त्या दृश्याकडं औत्सुक्यानं पाहात असतात. अशा क्षेत्रांना आदिवासी लोक 'मोरनाची' म्हणून संबोधतात.

जंगलात भटकताना काही वेळा एखादं मधाचं पोळं जमिनीवर पडलेलं दिसतं. त्यातील मधमाशांची अंडी आणि सुरवंट खाण्याकरिता हे कृत्य एखाद्या पक्ष्यानं केलेलं असतं. एखाद्या झुडपाआड बसून हे कृत्य कोणत्या पक्ष्यानं केलं आहे हे शोधून काढण्याचा प्रयत्न केला तर जवळच्याच एखाद्या झाडावर बसलेला हनी बझार्ड खाली उतरून पूर्ववत त्या पोळीवर चोचीनं टोचतो आहे असं आढळून येतं.

करूची झाडं सहसा गावानजीकच्या जंगलात नसतात. ती दूर डोंगरातील कडेकपारीवर आढळून येतात. पण गावातल्या पिंपळाच्या पाराखाली करूच्या मण्या एवढ्या काळ्या बिया विखुरलेल्या दिसतात. लहान मुलं त्या बियांतील गर खाण्याकरिता गोळा करतात. करूच्या फळाच्या हंगामात कावळे जंगलात जाऊन ती फळं खातात आणि त्यांच्या विष्ठेतून त्या बिया पाराखालच्या जमिनीवर पडतात. अशा कावळ्यांच्या विष्ठेतून जमिनीवर पडलेल्या बिया गोळा करून पेरल्या तर त्या लवकर उगवतात.

मालवण आणि वेंगुर्ल्याच्या समुद्रात कातळाची बेटं आहेत. त्या कातळात कपारी असतात. त्या कपारींतून कबुतरं भात साठवून ठेवतात. पावसाळ्यात बेटावरील हवामान वादळी असतं. त्यामुळं कबुतरांना बाहेर चरायला जाता येत नाही. अशा दिवसांत ते साठवून ठेवलेल्या भाताचा उपयोग करतात.

वन्यप्राणी खरमतींचा उपयोग अनेक शतकांपासून करीत आले आहेत. खाऱ्या मातीची अशी स्थळं उघड्यावर असतात. त्यांच्या आजूबाजूला झाडं झुडपं नसतात. जंगलात भटकताना वन्य प्राणी या खरमती चाटताना दिसतात. अशा खरमतीच्या जागा जंगली जनावरांचं निरीक्षण करण्याकरिता सोयीच्या असतात. अशा नैसर्गिक खरमती जंगलात नदी, नाले अथवा पाणझरी यांच्या जवळपास विखुरलेल्या असतात.

काही ठरावीक ऋतूत वन्यप्राणी खरमतीचा अधिक उपयोग करतात. हरोळ्या आणि चांदीकवड्या हिवाळ्यात खरमतीवर अधिक दिसतात. तसेच नील

आणि भेडकीदेखील खरमत चाटताना दिसतात. रानगवे आणि सांबरं उन्हाळ्यात देखील खरमतींवर तुटून पडतात.

जंगली जनावरं खरमतींवर येण्याचा ठरावीक काळ नसतो. पौर्णिमेच्या दिवशी खरमतींवर अधिक जनावरं आढळून येतात. हरणं पाऊस पडल्यावर खरमतीवर कधीही जात नाहीत. तसेच ज्या खरमतींचा रानगव्यांनी उपयोग केलेला असतो, त्या खरमतींवर हरणं कधीच जात नाहीत. हरणांना रानगव्यांचा वास कदाचित आवडत नसावा. काही ठरावीक जनावरं ज्या खरमतीवर येऊन जातात त्या खरमतीचा उपयोग हरणं त्यानंतर तीन-चार दिवस तरी करीत नसतात. तज्ज्ञांनी सातत्यानं निरीक्षण करून काही निष्कर्ष काढणं आणि त्यांची माहिती करून देणंही आवश्यक आहे. जंगलातील इतर माहितीबरोबरच वन्यप्राणी निरीक्षकांना जंगलातील खरमतींचीही माहिती असणं आवश्यक आहे.

अनोळखी गूढ जंगलात एकट्यानंच भटकण्यात एक अननुभूत आनंद असतो. अरण्यवाचनाची विद्या अवगत असली तर अभ्यासात रस निर्माण होतो आणि एकट्यानंही धैर्यानं आणि आत्मविश्वासानं अरण्यात सर्वत्र सहज फिरता येतं.

# परिशिष्ट

अडई – लेसर व्हीसलिंग टिल

अबुजमाड – बस्तरमधील एक गाव

अ‍ॅन्टलर – भारशिंग

अ‍ॅलेक्झॅन्ड्रीन पॅरकीट – करणपोपट

आकाशनिंब – मिलिंग्टोनिया हॉर्टेन्सिस

आसरा – जलपरी

ऑटर – पाणकुत्रा, हुदाळे

ऑरकिड – शंकरहाड

इमराल्ड डव्ह – पाचूकवडा

ईल – शकुलमासा

उगदा – लहान खड्डा

उद्र – पाणकुत्रा

उक्षी – एक औषधी वनस्पती

कप्पी – गुहा

करवा घेणे – झाडाच्या बुंध्याभोवती भोवती गोल खाच घेणे

काकड – गॅरुगा पिनेटा नावाचे झाड

कारेकू – तणमोर

काळारुख – शिसमचे झाड

कॉटन टिल – वणकी

कॉमन टिल – सुंदर बटवे

कॉमन हॉक ककू – पपिया

कुची – कळ्या

कुटकी – एक प्रकारचे धान्य

कुंभा – एक रानझाड

कुवार जंगल – अस्पर्श जंगल

कोदो – एक प्रकारचे धान्य

कोम डक किंवा नक्टा – नाकेर पक्षी

क्रेस्टेड सर्पन्ट ईगल – मोरघार

क्वेल – लावा

खडका – चाहूल

खावन – नर

खिसे – सुळे

खोजे – पाऊलखुणा

गाद – एक प्रकारचे पाणगवत

गारगनी – चिखले

गिलग्याचा कोसा – रेशमी किड्याचा कोश

गोडंब्या – बिब्याची फुले

गोदा – घरटे

गोल्डन ओरिओल – कांचन

ग्रीन पिजन – हरोळी

घुटऱ्यान घुटऱ्यान – मकोड्यांसारखा

झिलान – उथळ दलदल

टॉडी कॅट – ताड मांजर

टिट– क्षुद्र वल्गुली

टेंभुर्णी – तेंदू

टंगुली – लहान कुऱ्हाड

चामगिदाड – वाघूळ

चिंकारा – चिंकारा हरिण

छज्जा – सज्जा

जंगल क्राफ्ट – अरण्यविद्या

जॅकल – कोल्हा

जायन्ट स्क्रिरल – देवखार

जोन – अंड्याचा कोश
जोरू – मादी
पॉरक्युपाईन – सारई
पिट व्हायपर – धूरनागीण
पिन टेल – सरगे
पिंक हेडेड डक – अरुणबाड्डा
पेलनी – झारी
ट्रॅक्स अँड साईन्स – अस्तित्वाच्या खाणाखुणा
ट्री पाय – भेरा
डीअर लाईन – हरिणरेषा
डोंगी – लहान होडी
डंग बीटल – शेणकिडे
ड्रॅगन पलाय – चतुर
ढाक – नरसांबर
थुट – खोड
देवचिमणी – सुगरण
देवदंड – महारोग
धामट – पिवळसर
धुटी – निमुळत्या तोंडाची उंच बांबूची टोपली
नकल – चमत्कार
नट हेंच – शिलीन्ध्री
नवती – नवीन पानांचा बहर
नहर – कालवा
निळावंती – पक्ष्याची भाषा जाणण्याचे मंत्र
पग मार्क – पाऊलखुणा
पद प्रेक्ष – पाऊलखुणा
परपल मूर हेन – केम
परपल वूड पिजन – चांदी कवडी
परा – कळप

पव – शेण
पाणनिवळ्या – पाण्यावर तरंगणारे किडे
पॉइन्शीअना पलचेरिमा – संदेसरा
पॉण्ड हेरॉन – ढोकरी
पेलिट – कवर
पोखर – ढोली
पोवन – कमलकंद
प्रकाशाचे जंगल – पानगळीचे जंगल
फतई – अंगात घालण्याचे जाकीट
फायकस इन्फेक्टोरिया – पाखड
फॉक्स – खोकड
फिशिंग लाईन – पडकावणे
फोर हॉर्न्ड ॲन्टिलोप – कोठरी
फ्लाईं स्क्विरल – पखमांजर
बट्टी – दरड
बाड्डा – रानबदक
बेडा – बस्ती
बेणणे – विणणे
बेरी – रायमुन्या
बोतडच्यान् बोतडच्यान् – बकऱ्याच्या वासासारखा
बंदी – सरकारी रमणा
बार्किंग डिअर – भेकर
ब्लॅक आयबिस – मोरकुंच
भड्या – म्होरक्या
भरड – ओबडधोबड
भाजली – लहान भाजलेले मासे
भुताड्या – हुदाळच्या
भंडेवडी – तणमोर

मखर – लेंड्यांचा ढीग

मडई – जत्रा

मठ – शिकारीसाठी जमिनीवर केलेले लपण

मलबार पाईड हॉर्न बिल – मोठी धनचिडी

मलयाना अरबेरिया – शिवण

माजिठा – लाल भडक रंग

माडिया मुरिया – बस्तरमधील गोंड आदिवासी

मिरिगंता मिरिगंता – गुळाच्या वासासारखा

मोयान् मोयान् – मोहाच्या फुलांचा वास

येरुणी – रान कामुन्या

रमणा – गवती कुरण

रेंटल किंवा हनी बॅजर – चांदी अस्वल

रांजी – बांबूचे बेट

राब – रोपाकरिता जमीन भाजणे

रावलफिया सरपेन्टिना – सर्पगंधा

रूफ ॲण्ड रीव्ह – साईत्री बाड्डा

रुस्टिंग हॅबीट – निलयन

रोझी पॅस्टर – भोरडी

लार – किनारा

लावा – क्केल

लेक – भटतितिराच्या प्रणयाचे स्थळ

लेग्युमिनस –शिंबी

लेसर व्हिसालिंग टिल – अडई

वॅलो– लोटण

वाघूर – फासे

व्हाईट आयबिस – कंकर

शाखामृग – वानर

शाल्मली – सावर

शिंकी – बुडबुडे

शिट – पक्ष्याची विष्ठा

शिरगोळी – तुरा

शोलो फॉरेस्ट – सावलीचे जंगल

सगर – वन्य प्राण्यांची येण्याजाण्याची वाट

सरणा – तळ्याचे आत गेलेले मुख

ससबेनिया ग्रॅन्डीफ्लोरा – हादगा

सार – कळप

सावट – जंगली जनावराच्या पावलांचा आवाज

सॉल्ट लिक – खरमत

सिव्हेट कॅट – मोहडोंबरी

सैंड ग्राऊज – भटतितर

स्कॅरॅब – सोनेरी रंगाचा भुंगा

स्कॅव्हेन्जर – सडलेले मांस खाणारे पक्षी

स्टरक्युलिया युरेन्स – करू, कराया गम नावाचे झाड

स्टॅंपिंग ग्राऊंड – खुदाणी, खुरण

स्टोन कर्फ्यू – धनचुवा

स्पॉट बिल डक – घनवर

स्वाम्प डिअर – बाराशिंगी

स्वॉलो– देवकन्हई

हनी बझार्ड – गरुड पक्ष्यांचा प्रकार

हाईड–लपण

हॉर्न–शिंग

हिलमैना – काळी मैना

हुडकी – पाण्यात घुसलेले जमिनीचे निमुलते टोक

# मारुती चितमपल्ली (परिचय)

**जन्म** – ५ नोव्हेंबर १९३२, सोलापूर **मृत्यू –** १८ जून २०२५, सोलापूर

**शिक्षण** – सोलापूर येथील दयानंद कॉलेजमधून आपले शिक्षण पूर्ण करून पुढील व्यावसायिक शिक्षण कोइमतूर फॉरेस्ट कॉलेज, बंगलोर, दिल्ली, कान्हा राष्ट्रीय उद्यान (म.प्र.), डेहराडून वगैरे ठिकाणच्या वने आणि वन्यजीवविषयक संस्थांमधून घेतले.

नांदेड येथील यज्ञेश्वरशास्त्री कस्तुरे यांच्या संस्कृत पाठशाळेत, तसेच पुण्यातील देवळेशास्त्री, पनवेल येथील पं. गजाननशास्त्री जोशी, परशुरामशास्त्री भातखंडे, वैद्य वि. पु. धामणकरशास्त्री यांच्याकडे परंपरागत पद्धतीने संस्कृत साहित्याचे अध्ययन.

जर्मन आणि रशियन भाषांचे अध्ययन. पक्षितज्ज्ञ म्हणून ख्यातिप्राप्त वन्यजीव व्यवस्थापन, वने, वन्यप्राणी आणि पक्षिजगताविषयी उल्लेखनीय संशोधन आंतरराष्ट्रीय परिषदांत सहभाग आणि निबंधवाचन.

**जीविका** – महाराष्ट्र शासनाच्या वन विभागात अनेक महत्त्वाच्या पदांवर कार्य करीत उपसंचालक पदावरून मेळघाट व्याघ्र प्रकल्पामधून १९९० साली सेवानिवृत्त झाले. कर्नाळा पक्षी अभयारण्य, नवेगाव राष्ट्रीय उद्यान, नागझिरा अभयारण्य आणि मेळघाट व्याघ्र प्रकल्प यांच्या विकासात भरीव योगदान.

सेवाकाळ आणि निवृत्तीनंतर अनेक संस्था, समित्यांत सक्रिय सहभाग, डॉ. सालीम अली वन्यप्राणी संस्थेचे संस्थापक सचिव.

राज्य वन्यजीव संरक्षण सल्लागार समिती, मराठी अभ्यासक्रम समिती (औरंगाबाद) यांचे सदस्य होते. त्याचप्रमाणे महाराष्ट्र पर्यटन विकास महामंडळाच्या संचालकपदी कार्य पाहिले.

**प्रकाशित साहित्य**

| | | | |
|---|---|---|---|
| ०१. | पक्षी जाय दिगंतरा | साहित्य प्रसार केंद्र, नागपूर | (१९८३) |
| ०२. | जंगलाचं देणं | साहित्य प्रसार केंद्र, नागपूर | (१९८५) |
| ०३. | रानवाटा | साहित्य प्रसार केंद्र, नागपूर | (१९९१) |
| ०४. | शब्दांचं धन | साहित्य प्रसार केंद्र, नागपूर | (१९९३) |
| ०५. | रातवा | साहित्य प्रसार केंद्र, नागपूर | (१९९३) |
| ०६. | मृगपक्षिशास्त्र (संस्कृत–मराठी अनुवाद) | महाराष्ट्र राज्य साहित्य व संस्कृती मंडळ, मुंबई | (१९९३) |
| ०७. | घरट्यापलीकडे | साहित्य प्रसार केंद्र, नागपूर | (१९९५) |
| ०८. | पाखरमाया | साहित्य प्रसार केंद्र, नागपूर | (२०००) |
| ०९. | निसर्गवाचन | पद्मगंधा प्रकाशन, पुणे | (२०००) |

| | | | |
|---|---|---|---|
| १०. | सुवर्णगरुड | साहित्य प्रसार केंद्र, नागपूर | (२०००) |
| ११. | आपल्या भारतातील साप (इंग्रजी-मराठी अनुवाद) | नॅशनल बुक ट्रस्ट, नवी दिल्ली | (२०००) |
| १२. | आनंददायी बगळे (आ. ३री -२०१४) (संस्कृत साहित्यातील काही पक्षी) | साहित्य प्रसार केंद्र, नागपूर | (२००२) |
| १३. | निळावंती (आ. २०१२) | साहित्य प्रसार केंद्र, नागपूर | (२००२) |
| १४. | पक्षिकोश | साहित्य प्रसार केंद्र, नागपूर | (२००२) |
| १५. | चैत्रपालवी | साहित्य प्रसार केंद्र, नागपूर | (२००४) |
| १६. | केशराचा पाऊस | साहित्य प्रसार केंद्र, नागपूर | (२००५) |
| १७. | चकवाचांदण : एक वनोपनिषद (आत्मवृत्त) | मौज प्रकाशन, मुंबई | (२००५) |
| १८. | चित्रग्रीव (कबुतराच्या जीवनावरील कादंबरी - इंग्रजी-मराठी अनुवाद) | नॅशनल बुक ट्रस्ट, नवी दिल्ली | (२००६) |
| १९. | जंगलाची दुनिया | साहित्य प्रसार केंद्र, नागपूर | (२००६) |
| २०. | An Introduction to Mrigpakshishastra of Hansadev | Samkskrita Bharati, | (2010) |
| २१. | नवेगावबांधचे दिवस | साहित्य प्रसार केंद्र, नागपूर | (२०१०) |

**आगामी**

| | | |
|---|---|---|
| ०१. | वन्यपशुकोश अथवा मृगकोश | साहित्य प्रसार केंद्र, नागपूर |

**पुरस्कार**

| | | |
|---|---|---|
| ०१. | महाराष्ट्र राज्य साहित्य पुरस्कार, | जंगलाचं देणं (१९८९) |
| ०२. | महाराष्ट्र राज्य साहित्य पुरस्कार, | रानवाटा (१९९१) |
| ०३. | महाराष्ट्र राज्य साहित्य पुरस्कार, | रातवा (१९९४) |
| ०४. | विदर्भ साहित्य संघ पुरस्कार, | जंगलाचं देणं (१९९१) |
| ०५. | भैरूरतन दमाणी साहित्य पुरस्कार, | रानवाटा (१९९१) |
| ०६. | मृण्मयी साहित्य पुरस्कार, | रानवाटा (१९९१) |

०७. फाय फाउंडेशन, इचलकरंजी या प्रतिष्ठानद्वारा १९९१ च्या राष्ट्रीय पुरस्काराने सन्मानित.

०८. साहित्य सेवेच्या सन्मानार्थ १४ जानेवारी १९९९ रोजी विदर्भ साहित्य संघ, नागपूर यांच्याकडून 'साहित्य वाचस्पती' (डी. लिट्. समकक्ष) पदवी प्राप्त.

०९. शिव-गिरिजा प्रतिष्ठान पुरस्कार, कुर्डूवाडी - पक्षिकोश (१२ जाने. ०३)

१०. विदर्भ साहित्य संघाचा - जीवनव्रती पुरस्कार (१४ जाने. ०३)

११. महाराष्ट्र सेवा संघ मुलुंड, सु. ल. गद्रे मातोश्री पुरस्कार (४ जाने. ०४)
१२. महाराष्ट्र फाउंडेशन साहित्य गौरव पुरस्कार (२७ डिसें. ०३)
१३. पुणे मराठी ग्रंथालय सन्मान व साहित्य पुरस्कार (२६ ऑक्टो. ०४)
१४. सारथी संस्था, नागपूर यांच्याकडून उत्कृष्ट निसर्ग साहित्यनिर्मितीबद्दल स्क्रोल ऑफ ऑनर (२ जाने. ०४)
१५. सहकार महर्षी शंकरराव मोहिते पाटील प्रतिष्ठान जीवनगौरव पुरस्कार (जाने. ०५)
१६. मानव मंदिर, नागपूर, स्व. स्मिता पाटील पुरस्कार (१४ डिसेंबर २००५)
१७. इंदिरा संत उत्कृष्ट साहित्यकृती पुरस्कार – 'चकवाचांदण : एक वनोपनिषद' आपटे वाचन मंदिर, इचलकरंजी (१२ जुलै २००६)
१८. वेणू मेनन ॲनिमल अलाइज फाउंडेशन –
वेणू मेनन लाइफटाइम अचीव्हमेंट ॲवार्ड (राष्ट्रीय) (१९ फेब्रु. २००७)
१९. नागभूषण ॲवार्ड फाउंडेशन यांचा नागभूषण पुरस्कार (२५ मार्च २००८)
२०. वसुंधरा आंतरराष्ट्रीय पर्यावरण चित्रपट महोत्सव यांचा वसुंधरा सन्मान (जुलै २००९)
२१. सनराइज पीस मिशन यांचे सनराइज पीस ॲवार्ड (१५ नोव्हे. २००९)
२२. पर्यावरणरत्न पुरस्कार (२०११)
२३. खा. एस. डी. पाटील साहेब, (वाळवा) जि. सांगली – समाजसेवा पुरस्कार, (२१ जानेवारी २०१२)
२४. भारती विद्यापीठ विश्वविद्यालय जीवनसाधना गौरव पुरस्कार, भारती विद्यापीठ, पुणे (एप्रिल २०१३)
२५. महाराष्ट्र सरकारचा विं. दा. करंदीकर जीवनगौरव पुरस्कार (२७ फेब्रुवारी, २०१७)
२६. स्व. लिमजी जळगाववाला द्वारा निसर्ग आणि पर्यावरण साहित्यात विशेष उल्लेखनीय योगदान दिल्याबद्दल जीवनगौरव पुरस्कार, जळगाव (जुलै, २०१७)
२७. किर्लोस्कर वसुंधरा द्वारा पर्यावरण, वन्यजीव, उर्जा, वायु, जल इ. क्षेत्रात उल्लेखनीय कार्य केल्याबद्दल जीवनगौरव पुरस्कार, पुणे (जानेवारी, २०१८)
२८. **केंद्र शासनाच्या 'पद्मश्री' पुरस्काराने सन्मानित. (२०२५)**

**सन्मान**

- अध्यक्ष, महाराष्ट्र पक्षिमित्र संमेलन (पहिले) नाशिक (१९८७)
- विदर्भ साहित्य संघाचे सन्माननीय सदस्य पद (१९९८)
- औदुंबर येथील ५७ व्या साहित्य संमेलनाचे अध्यक्षपद (१४.०१.२०००)
- विदर्भ साहित्य संमेलन, उमरखेड ५१ व्या अधिवेशनाचे अध्यक्ष (फेब्रु. २०००)
- सोलापूर येथील ७९व्या अ. भा. मराठी साहित्य संमेलनाचे अध्यक्ष (जानेवारी २००६)
- लेखक आपल्या भेटीला – साहित्य अकादमी कार्यक्रम (८ जुलै २०११)

✧ ✧ ✧